베트남어로 배우는
TOPIK 한국어 문법

TOPIK

베트남어로 배우는
한국어 문법

신덕상 | TRẦN THỊ THANH PHƯƠNG 공저

동 문 사

머리말

한국사회에 외국인 노동자들이 본격적으로 유입된 것도 벌써 30여년 가까이 되고 있다. 그동안 다른 피부색으로 그들을 구분하고, 보이지 않는 억압으로 외국인들을 차별하였지만, 이제는 한국사회에서 없어서는 안 되는 우리의 이웃이자, 함께 미래로 나아가는 동반자이다.

한국에 거주하는 외국인의 비율이 200만 명에 육박하고 있다. 취업, 유학 등 다양한 형태로 유입되는 외국인들이 한국에서 가장 불편을 느끼는 것은 한국어를 배우는 것이다. 한국인과의 원활한 의사소통을 이루지 못하여 받게 되는 차별과 불이익은 한국에서의 삶에 많은 어려움을 가중시키고 있다.

특히 한국어 능력시험(TOPIK)을 준비하는 외국인 노동자 및 유학생들에게는 하나의 벽과 같이 느껴질 수 있는데, 일반 회화도 중요하지만 문법에서 더 많은 어려움을 겪기 때문이다. 저자들은 한국어 능력시험에 어려움을 겪고 있는 외국인 노동자 및 학생들을 위해 쉽게 접근할 수 있는 방안을 모색하고자 이 책을 집필하게 되었다.

이 책은 한국어 능력시험에 대비할 수 있도록 최신 출제 경향을 반영하였으며, 한국어 능력시험에 자주 나오는 어휘 및 표현을 중점적으로 다루고 있다. 특히 우리나라와 활발한 교역 및 문화교류를 이루고 있는 베트남 노동자와 유학생들이 한국어 능력시험을 쉽게 공부할 수 있도록 하였다. 또한 각 섹션마다 충분한 연습문제를 수록하여 한국어 능력시험에 대비할 수 있도록 하였다.

끝으로 이 책이 나올 수 있도록 애써주신 동문사의 이중수 사장님과 관계자 분들에게 진심으로 감사드린다.

2018년 겨울
저자 일동

목 차

목 차

01 N-은/는(Danh từ + 은/는)

(-은: được dùng khi danh từ được kết thúc bởi phụ âm (hoặc gọi là danh từ có đuôi). -는: được dùng khi danh từ được kết thúc bởi nguyên âm (hoặc gọi là danh từ không có đuôi)

① Chỉ rõ chủ thể, đối tượng, thông tin hoặc nội dung được nói đến trong câu văn.

예 저는 대학생입니다.
Tôi là sinh viên đại học.
여동생은 시장에 갔어요.
Em gái tôi đã đi chợ.

② Sử dụng khi nói đến một chân lý hoặc lẽ thật liên quan đến danh từ đứng trước nó.

예 해는 동쪽에서 뜬다.
Mặt trời mọc ở phía đông.
강물은 늘 흐른다.
Dòng sông luôn chảy.

③ Khi đối chiếu hai đối tượng trở lên, sử dụng để nói cho từng đối tượng.

예 형은 대학원생이고, 동생은 대학생이에요.
Anh là sinh viên cao học, em là sinh viên đại học.
이 옷은 작은데 저 옷은 커요.
Cái áo này nhỏ nhưng cái áo kia to.

02 N–이/가(Danh từ + 이/가)

(-이: được dùng khi danh từ được kết thúc bởi phụ âm. –가: được dùng khi danh từ được kết thúc bởi nguyên âm.)

① Thể hiện chủ ngữ hoặc đối tượng của trạng thái tình huống nào đó.

예 제 여동생이 공부해요.

Em gái tôi học.

딸기가 너무 비싸요.

Quả dâu rất đắt.

② Trong trường hợp danh từ chỉ người và muốn thể hiện sự tôn kính thì đổi "–**이/가**" thành –**께서**'. Lúc này thường dùng đuôi câu tôn trọng '– (으)시– ' có hàm ý tôn kính cho vị ngữ.

예 아버지께서 작은 아버지 집에 가셨어요.

Bố đã đi đến nhà chú.

사장님께서 식사를 하셨어요?

Giám đốc đã dùng bữa chưa ạ?

03 N-을/를(Danh từ + 을/를)

(-을: được dùng khi danh từ được kết thúc bởi phụ âm. -를: được dùng khi danh từ được kết thúc bởi nguyên âm.)

① Chỉ rõ đối tượng bị ảnh hưởng trực tiếp trong hành động nào đó. (Chỉ rõ tân ngữ trong câu)

예 저는 밥을 먹어요.
Tôi ăn cơm.

여동생은 한국 영화를 좋아해요.
Em gái thích phim Hàn Quốc.

04 N + –도(Danh từ + – cũng)

① Sử dụng khi liệt kê 2 đối tượng hoặc sự việc trở lên

예 이 식당은 값도 싸고 음식도 맛있습니다.
Nhà hàng này giá cũng rẻ và thức ăn cũng ngon.

② Bao gồm hoặc thêm đối tượng, sự việc

예 엄마! 계란도 사요. Mẹ ơi! Cũng mua trứng gà nữa.

연습문제(Bài tập luyện tập)

( ) 안에 알맞은 것을 고르십시오. Hãy chọn từ thích hợp điền vào ( ).

1. 사과가 있어요. 배( ) 있어요.

① 을 ② 도 ③ 은 ④ 의

2. 도서관에서 책을 읽었어요. 신문( ) 읽었어요.

① 도 ② 로 ③ 가 ④ 와

3. 불고기를 좋아해요. 김밥( ) 좋아해요.

① 을 ② 도 ③ 이 ④ 와

답(Đáp án)

문항	1	2	3
답-Đáp	②	①	②

05 N + –이다(là + N) và N + –이/가 아니다(không phải là + N)

① N + 이다(là + N)

Là dạng khẳng định của (~ là + N)

② N + –이/가 아니다(không phải là + N)

Là dạng phủ định của (~ là + N), tức là (~ không phải là + N)

예 저는 학생입니다. ↔ 저는 학생이 아닙니다.
저는 학생이에요 ↔ 저는 학생이 아니에요.
Tôi là học sinh ↔ Tôi không phải là học sinh

이것은 책상입니다. ↔ 이것은 책상이 아닙니다.
이것은 의자예요 ↔ 이것은 의자가 아니에요.
Cái này là cái ghế. ↔ Cái này không phải là cái ghế.

Cách sử dụng

격식체 lễ phép – trịnh trọng	N+–입니다	N+–이/가 아닙니다 • –이 아닙니다: được dùng khi danh từ được kết thúc bởi phụ âm. • –가 아닙니다: được dùng khi danh từ được kết thúc bởi nguyên âm

비격식체 lễ phép - thân mật	N+-예요/이에요	N+-이/가 아니에요
	• -이에요: được dùng khi danh từ được kết thúc bởi phụ âm. • -예요: được dùng khi danh từ được kết thúc bởi nguyên âm	• -이 아니에요: được dùng khi danh từ được kết thúc bởi phụ âm. • -가 아니에요: được dùng khi danh từ được kết thúc bởi nguyên âm

연습문제(Bài tập luyện tập)

다음을 읽고 답하십시오. Đọc đoạn hội thoại sau và trả lời câu hỏi

가 : 일본 사람이에요?

나 : 아니요, 일본사람(   ). 한국 사람이에요.

가 : 아, 그래요? 저는 독일 사람이에요. 그런데 무슨 일을 해요?

나 : 회사원입니다.

1. (   )에 알맞은 것을 쓰십시오. ⇨ (   )

Hãy viết từ thích hợp vào (   ) ⇨ (   )

(   ) 안에 알맞은 것을 고르십시오. Hãy chọn từ thích hợp điền vào (   ).

2. 가 : 저 사람이 사장님이지요?

나 : 아니요, 저 사람은 직원(   ).

① 입니다　　② 이지요　　③ 이 아니에요　　④ 이 아니지요

3. 가 : ○○대 학생이세요?

나 : 아니요, 저는 (   ).

① 학생이에요 ② 학생예요 ③ 학생이 아니에요 ④ 학생가 아니에요

4. 가 : 회사원이세요?

나 : 회사원이 (   ). 의사예요.

① 아니에요 ② 맞아요 ③ 맞지요 ④ 없어요

답(Đáp án)	문항	1	2	3	4
	답-Đáp	③	①	③	①

06 V/A + –아/어/해요 (Động từ/tính từ + 아/어요)

Dùng kết thúc câu, bao hàm thái độ tôn kính - thân mật. Được dùng với người có vai vế cao nhưng thân quen, sinh hoạt thường ngày. Mang lại cảm giác gần gũi, nhẹ nhàng hơn so với mẫu -습/ㅂ니다.

	–아요: Dùng cho những động từ tính từ (bỏ –다) có cấu tạo bởi nguyên âm '아' hoặc '오'		–어요: Dùng cho những động từ tính từ (bỏ –다) có cấu tạo bởi những nguyên âm còn lại.		–해요: Dùng cho những động từ tính từ có hình thức là N–하다.	
Ví dụ	가다	가아요 → 가요	먹다	먹어요	사랑하다	사랑해요.
	오다	오아요 → 와요	마시다	마시어요 → 마셔요.	운동하다	운동해요.
	보다	보아요 → 봐요	읽다	읽어요.	공부하다	공부해요
	작다	작아요.	싫다	싫어요.	행동하다	행동해요.

Cách sử dụng

		높임말 – Lời nói tôn kính	
		Mẫu đuôi lễ phép thân mật	Ví dụ
평서문 Câu tường thuật	V	–아/어요	학교에 가요. (가다) Đi đến trường
	A	–아/어요	꽃이 작아요. (작다) Bông hoa nhỏ.
	N	–이에/豫요	빵이에요. (이다) Là bánh. 이것이 사과예요. Cái này là quả táo.

		높임말 - Lời nói tôn kính	
		Mẫu đuôi lễ phép thân mật	Ví dụ
	N	-이/가 아니에요	빵이 아니에요. (-이/가 아니다: không phải là) Không phải là bánh. 이것이 사과가 아니에요. Cái này không phải là quả táo.
의문문 Câu hỏi	V	-아/어요?	학교에 가요? Có đi đến trường không?
	A	-아/어요?	꽃이 작아요? (작다) Hoa có nhỏ không?
	N	-이에/예요?	빵이에요? Có phải là bánh không? 이것이 사과예요? Có phải là táo không?
	N	-이/가 아니에요?	빵이 아니에요? Không phải là bánh à? 이것이 사과가 아니에요? Cái này không phải là táo à?

07 V/A + -습/ㅂ니다 (Động từ/tính từ + -ㅂ니다/습니다)

Được dùng sau động từ hay tính từ nguyên mẫu (bỏ -다), hàm chứa ý nghĩa lễ phép, trịnh trọng của người nói. Động từ hay tính từ có kết thúc bằng phụ âm thì dùng với **습니다**, còn có kết thúc bằng nguyên âm thì viết **ㅂ** ở phần dưới của động từ hay tính từ đó và thêm **니다** ở phía sau.

Cách sử dụng

	높임말 – Lời nói tôn kính	
	Mẫu đuôi lễ phép trịnh trọng	Ví dụ
평서문 Câu tường thuật	V+-ㅂ니다/습니다	학교에 갑니다. (가다: đi) Đi đến trường. 강의를 듣습니다. (듣다: nghe) Nghe giảng bài.
	A+-ㅂ니다/습니다	꽃이 예쁩니다. (예쁘다: đẹp) Bông hoa đẹp. 꽃이 작습니다. (작다: nhỏ) Bông hoa nhỏ.

	높임말 – Lời nói tôn kính	
	Mẫu đuôi lễ phép trịnh trọng	Ví dụ
	N+-입니다	빵입니다. (이다: là) Là bánh. 이것이 사과입니다. Cái này là quả táo.
	N+-이/가 아닙니다	빵이 아닙니다. (-이/가 아니다: không phải là) Không phải là bánh. 이것이 사과가 아닙니다. Cái này không phải là quả táo.
의문문 Câu hỏi	V+-ㅂ니까? /습니다?	학교에 갑니까? Có đi đến trường không? 강의를 듣습니까? Có nghe giảng không?
	A+-ㅂ니까? /습니다?	꽃이 예쁩니까? Hoa có đẹp không? 꽃이 작습니까? Hoa có nhỏ không?
	N+-입니까?	이것이 사과입니까? Cái này có phải là táo không? 빵입니까? Có phải là bánh không?
	N+-이/가 아닙니까?	이것이 사과가 아닙니까? Cái này không phải là táo à? 빵이 아닙니까? Không phải là bánh à?

08 V/A/N + –았/었다 (đã + danh từ/tính từ/động từ)

① Dùng cho câu có hành động trong quá khứ và có hàm ý thể hiện thời gian đã qua.

예 어제 시장에 갔어요. Hôm qua đã đi chợ.

이 꽃이 작았어요. Bông hoa này đã nhỏ bé.

지난주까지 휴가였어요. Đến tuần trước đã là kỳ nghỉ.

Cách sử dụng

	V+-았/었어요	A+-았/었어요	N+-였/이었어요
과거 Quá khứ	어제 학교에 갔어요. Hôm qua đã đến trường. 어제 영화를 봤어요. Hôm qua đã xem phim.	지난주에 날씨가 좋았어요. Tuần trước thời tiết đã tốt. 어제 재미있었어요. Hôm qua đã thú vị.	어제는 월요일이었어요. Hôm qua đã là thứ hai. 그는 의사였어요. Ông ấy đã là bác sĩ.
현재 Hiện tại	V+-아/어요	A+-아/어요	N+-예요/이에요
	지금 학교에 가요. Bây giờ đến trường.	오늘 날씨가 좋아요. Hôm nay thời tiết tốt.	오늘은 화요일이에요. Hôm nay là thứ ba.
미래 Tương lai	V+-(으)ㄹ 거예요 V+-겠-	A+-(으)ㄹ 거예요	N+-일 거예요
	내일 학교에 갈 거예요. 내일 학교에 가겠어요. Ngày mai sẽ đến trường.	다음 주에 날씨가 좋을 거예요. Tuần sau thời tiết sẽ tốt.	내일이 생일일 거예요. Ngày mai sẽ là sinh nhật.

주의 – Chú ý

-았/었	Chỉ những sự kiện đơn giản, hành động đã xảy ra trong quá khứ hay một hành vi được hoàn thành hoặc trạng thái đó vẫn được duy trì	그는 경주에 갔다. Anh đã đi KyongJu. (Cũng có thể đang ở KyongJu)
-았었/-었었	Chỉ những sự kiện của quá khứ và không duy trì trong hiện tại.	그는 경주에 갔었다. Anh đã đi KyongJu. (Hiện tại không có ở KyongJu)

연습문제(Bài tập luyện tập)

( ) 안에 알맞은 것을 고르십시오. Hãy chọn từ thích hợp điền vào ( ).

1. 가 : 주말에 ( )?
나 : 아니요, 집에 있었어요.
① 일해요 ② 일했어요 ③ 일할까요 ④ 일하겠어요

2. 가 : 이 영화 같이 봐요.
나 : 미안해요. 이 영화는 지난주에 ( ).
① 봤어요 ② 봐요 ③ 볼 거예요 ④ 보려고 해요

3. 가 : 어제 무엇을 했어요?
나 : 가족들과 사진을 ( ).
① 찍어요 ② 찍겠어요 ③ 찍으세요 ④ 찍었어요

4. 가 : 지금 날씨가 좋아요?

나 : 네, 날씨가 (　　).

① 좋아요　② 좋았어요　③ 좋으세요　④ 좋겠어요

5. 가 : 도서관에 언제 가요?

나 : 저는 지금 (　　).

① 가요　② 갔어요　③ 가세요　④ 가 주세요

6. 가 : 영수 씨, 생일이 언제예요?

나 : 다음 달 4일(　　).

① 예요　② 였어요　③ 이에요　④ 이었어요

7. 가 : 여기가 은행이 (　　)?

나 : 네, 여기는 우체국이에요.

① 에요　② 예요　③ 아니예요　④ 아니에요

8. 가 : 어제 뭐 했어요?

나 : 친구하고 영화를 (　　　).

① 갔어요　② 좋아해요　③ 봐요　④ 봤어요

답(Đáp án)

문항	1	2	3	4	5	6	7	8
답-Đáp	②	①	④	①	①	③	④	④

09 V + -(으)ㄹ 거예요(sẽ + động từ)

(-을 **거예요**: được dùng khi động từ được kết thúc bởi phụ âm. -ㄹ **거예요**: được dùng khi động từ được kết thúc bởi nguyên âm hoặc kết thúc bởi phụ âm ㄹ

-을 거예요	먹다 → 먹을 거예요. 앉다 → 앉을 거예요.
-ㄹ 거예요	가다 → 갈 거예요. 살다 → 살 거예요.

① Về một sự thật hay tình huống nào đó trong tương lai

예 그 사람도 학교에 올 거예요.
Người đó cũng sẽ đến trường.

② Ý chí mạnh mẽ, niềm tin mang tính chủ quan sẽ thực hiện một hành vi nào đó trong tương lai

예 이번 시험에는 꼭 합격할 거예요.
Kỳ thi này nhất định sẽ thi đậu.

주의 – Chú ý

추측 – Phỏng đoán	의지 – Ý chí
의문문에 사용할 수 없음. Không thể sử dụng cho câu hỏi.	의문문에 사용할 수 있음. Có thể sử dụng cho câu hỏi.
내일 날씨가 추울 거예요?(X)	내일 학교에 갈 거예요?(O)

연습문제(Bài tập luyện tập)

(   ) 안에 알맞은 것을 고르십시오. Hãy chọn từ thích hợp điền vào (   ).

1. 가 : 저녁에 현수 씨가 올까요?

나 : 오늘 현수 씨가 좀 바빠요. 아마 안 (   ).

① 올게요 ② 올래요 ③ 올 거예요 ④ 오고 있어요

2. 가 : 미영 씨는 수업 후에 뭐 (   )?

나 : 저는 친구 만나러 갈 거예요.

① 할까요 ② 합시다 ③ 했어요 ④ 할 거예요

3. 가 : 언제 고향으로 돌아가려고 해요?

나 : 내년에 (   ).

① 돌아가세요 ② 돌아갔아요 ③ 돌아가 봤어요 ④ 돌아갈 거예요

4. 가 : 이번 방학 때 뭐 할 거에요?

나 : 유럽 여행을 (   ).

① 좋아해요 ② 돌아가요 ③ 할 거예요 ④ 해요

다음을 읽고 질문에 답하십시오. Hãy đọc đoạn văn sau và trả lời câu hỏi

민아 : 이번 휴가 때 여행가세요?

준서 : 네, 가족들과 함께 설악산에 가려고 해요.

민아 : 저도 작년에 가족들과 설악산에 갔다 왔어요. 설악산이 정말 아름다웠어요.
꼭 다시 한 번 가고 싶어요. 그런데 언제 가세요?

준서 : 내일 (   ).

민아 : 그럼 잘 다녀오세요.

5. (   )에 알맞은 것을 고르십시오. Hãy chọn từ thích hợp điền vào (   ).

① 갈 거예요　　② 갔어요　　③ 갈까요　　④ 갑시다

다음을 읽고 질문에 답하십시오. Hãy đọc đoạn văn sau và trả lời câu hỏi

가 : 어서 오십시오.

나 : 어제 여기에서 이 옷을 샀는데 바꿀 수 있어요?

가 : 네, 그런데 왜 바꾸려고 하세요?

나 : 저한테 좀 작은 것 같아요.

가 : 그래요? 그럼 이걸로 입어 보세요. 아마 이건 잘 (맞을 거에요).

6. (   )를 알맞게 고쳐 쓰십시오. ⇨ (   )

Hãy viết lại từ trong (   ) cho đúng. ⇨ (   )

답(Đáp án)	문항	1	2	3	4	5
	답-Đáp	③	④	④	③	①

10 V + –(으)ㄹ게요(sẽ + động từ)

① Thể hiện lời hứa với người nghe và chủ ngữ thường là ngôi thứ nhất, không dùng với các từ như '**아니요, 싫어요**'

예 가 : 오늘 점심시간 이후에 전화하세요.
Xin hãy gọi điện sau giờ trưa hôm nay.

나 : 네, 전화할게요. (그럴게요).
Vâng, sẽ gọi điện thoại. (sẽ làm như thế)

② Thể hiện ý chí của người nói

예 가 : 제가 청소할게요. 엄마는 쉬세요.
Con sẽ quét dọn. Mẹ hãy nghỉ ngơi.

나 : 그래, 고맙다.
Ừ, cảm ơn con.

주의 – Chú ý

	약속 Lời hứa	의지 Ý chí
–(으)ㄹ게요	O	O
–(으)ㄹ 거예요	X	O

예 가 : 여러분, 열심히 공부하세요.
Các bạn, hãy học chăm chỉ.

나 : 열심히 공부할게요.
(Lời hứa với người nghe được xem trọng hơn so với ý chí của người nói)

다 : 열심히 공부할 거예요.
(Ý chí của người nói mạnh hơn so với lời hứa với người nghe)

Cho nên trong những trường hợp đề nghị đối phương như thế này, chúng ta cần chú ý câu trả lời.

가 : 잠깐만 기다려 주세요. Xin đợi 1 chút. 나 : 아니요, 안 기다릴게요. (X) 다 : 아니요, 안 기다릴 거예요. (O) Không, sẽ không đợi	가 : 이것 좀 도와주세요. Xin vui lòng giúp cho. 나 : 네, 도와 드릴게요. (O) 다 : 네, 도와 드릴 거예요. (X) Vâng, sẽ giúp cho.

연습문제(Bài tập luyện tập)

(　　) 안에 알맞은 것을 고르십시오. Hãy chọn từ thích hợp điền vào (　　).

1. 가 : 이름과 주소는 여기에 써요.
나 : 네, 거기에 (　　).

① 썼어요　② 쓸게요　③ 쓰세요　④ 썰게요

다음을 읽고 질문에 답하십시오. Hãy đọc đoạn văn sau và trả lời câu hỏi

어머님께
그동안 안녕하셨어요? 저는 잘 지내고 있어요. 아버님께서도 건강하시고 동생들도 잘 있겠지요? 모두 참 보고 싶군요! 이번 주말에 집에 가려고 했는데 회사에 일이 생겨서 못 갈 것 같아요. 진영이는 요즘도 태권도 배우러 다녀요? 저도 요즘 배우기 시작했어요. 진영이가 알면 좋아하겠지요? 그럼 다음에 또 (　　). 그때까지 안녕히 계세요.

2018년 ○○월 ○○일 – 진수 올림 –

2. (　　　)에 맞는 것을 고르십시오. Hãy chọn từ thích hợp điền vào (　　).

① 쓰기 시작해요　　② 쓸게요
③ 써야 해요　　④ 쓰고 싶어 해요

다음을 읽고 질문에 답하십시오. Hãy đọc đoạn văn sau và trả lời câu hỏi

가 : 친구하고 등산을 갈 건데, 특별히 준비해야 할 것이 있어요?
나 : 겨울이니까 따듯한 옷을 준비하세요. 그리고 잊지 말고 등산화도 준비하세요.
가 : 그래요? 저는 등산화가 없는데요.
나 : 제가 내일 빌려 (　　).

3. (　　)에 알맞은 것을 고르십시오. Hãy chọn từ thích hợp điền vào (　　).

① 드릴게요　　② 드리세요　　③ 드립시다　　④ 드렸어요

4. 가 : 다음 학기는 더 열심히 공부하세요.
나 : 네, 다음 학기에는 열심히 (　　　)

① 해요　　② 할게요　　③ 했어요　　④ 하고 싶어요

답(Đáp án)	문항	1	2	3	4
	답-Đáp	②	②	①	②

11 V/A + -겠-다(sẽ + động từ/tính từ)

① Dùng khi hỏi ý định, ý hướng của đối phương.

예 저 좀 도와주시겠어요?

Có thể giúp tôi được không ạ?

② Bày tỏ ý chí hoặc ý đồ sẽ thực hiện điều gì đó của người nói

예 제가 하겠습니다.

Tôi sẽ làm.

③ Nghe câu chuyện hay tình huống của người khác và nói lên ý kiến hay suy nghĩ của bản thân khi đánh giá

예 어느 것이 좋을까? 저는 이것이 좋겠어요.

Cái này tốt nhỉ? Theo tôi thì cái này tốt.

④ Phỏng đoán hay phải đưa ra ý đoán sau khi nhìn thấy tình huống hay trạng thái trong thời điểm đang nói

예 이번 여행이 재미있으시겠어요.

Chắc là lần du lịch này thú vị đây.

⑤ Biểu hiện việc nào đó sắp xảy ra

예 오늘 날씨가 맑겠습니다.

Hôm nay thời tiết chắc sẽ trong lành.

주의 – Chú ý

	의지 – Ý chí	예 – Ví dụ
-(으)ㄹ 거예요	Thể hiện ý chí suy nghĩ nhiều cho người nghe	가 : 내일 뭐 할 거예요? 나 : 친구 만날 거예요.
-겠어요	Thể hiện ý chí suy nghĩ cho người nghe	가 : 누가 청소를 하겠어요? 나 : 제가 하겠어요.

	추측 – Phỏng đoán	예 – Ví dụ
-(으)ㄹ 거에요	Người nói và người nghe không cho biết thông tin	가 : 내일 비가 올 거에요. 나 : 어떻게 알아요? 가 : 일기예보를 봤어요.
-겠어요	Người nói và người nghe cho biết thông tin	가 : 곧 비가 오겠어요. 나 : 어떻게 알아요? 가 : 하늘을 보세요. 구름이 많이 끼었어요. 나 : 네, 정말 비가 오겠어요.

연습문제(Bài tập luyện tập)

(　　) 안에 알맞은 것을 고르십시오. Hãy chọn từ thích hợp điền vào (　　).

1. 가 : 어제 서울로 돌아오는 길이 너무 막혀서 밤 12시에 도착했어요.
나 : 그래요? 정말 (　　).

① 힘들었으면 해요　② 힘들었겠어요　③ 힘들면 안 돼요　④ 힘들었는데요

2. 가 : 어제 오래간만에 친구를 만났어요.
나 : 그래요? 정말 (　　).

① 반가웠어요　② 반가워서요　③ 안 반가워요　④ 반가웠겠어요

3. 가 : 어제는 지갑을 잃어버려서 집까지 걸어서 갔어요.
나 : 그래요? 정말 (   ).

① 힘들었어요 ② 힘들 거예요 ③ 힘들어졌어요 ④ 힘들었겠어요

4. 가 : 오늘 한국에 왔어요.
나 : (   )

① 힘들어요 ② 힘들까요? ③ 피곤했어요 ④ 피곤하시겠어요

답(Đáp án)

문항	1	2	3	4
답-Đáp	②	④	④	④

12 N + –에(ở + Danh từ; lúc + thời gian)

① Sử dùng cùng với các danh từ thể hiện thời gian, cho biết thời gian xảy ra sự việc nào đó.

예 8시에 출근해서 6시에 퇴근해요.
Đi làm lúc 8 giờ và tan sở lúc 6 giờ.
지난 주에 이사를 했어요.

② Dùng với '–**에 있다, 없다, 많다**' để thể hiện ý nghĩa của nơi chốn, vị trí.

예 책상 위에 공책이 있어요.
우리 교실에 TV가 없어요.
도서관에 책이 많아요.

③ Dùng với '–**에 가다, 오다**' để thể hiện nơi đến.

예 빨리 극장에 갑시다.
한달 전에 한국에 왔어요.

④ Thể hiện đối tượng được tác động lên bởi hành động nào đó. (Đối tượng của hành động không phải là con người hay sự vật)

예 의자에 앉으세요.
시험지에 이름을 적으세요.

⑤ Được sử dụng thể hiện tiêu chuẩn nhất định là bao nhiêu.

예 일 년에 두 번 큰 명절이 있습니다.
생선이 세 마리에 만원이에요.

주의 – Chú ý

Không thể dùng chung với các từ như '**언제, 어제, 오늘, 내일**'

예 토요일에 놀러 갔어요. (O)
어제에 놀러 갔어요. (X)

-에	Được dùng với động từ thể hiện sự tồn tại, vị trí, hoặc di chuyển	도서관에 학생들이 있다.
-에서	Được dùng với động từ thể hiện hành động, động tác.	도서관에서 학생들이 공부해요.

-에	Nơi đến	Không thể thay thế với '–로'	서울로 도착했다. (X)
-에서	Nơi xuất phát	Có thể thay thế bằng '–로'	서울로 출발했다. (O)

"**살다**: sống" có thể dùng với cả "**–에**" và "**–에서**" khi có sự khác biệt về ý nghĩa của câu.

ㅇㅇ시에 살아요.	Có ý chỉ sự tồn tại hoặc cư trú ở thành phố Yangju.
ㅇㅇ시에서 살아요.	Nhấn mạnh hành động hay cuộc sống đang diễn ra ở thành phố Yangju

연습문제(Bài tập luyện tập)

( ) 안에 알맞은 것을 고르십시오. Hãy chọn từ thích hợp điền vào ( ).

1. 가 : 도서관 ( ) 책이 많아요?
나 : 네, 많이 있어요.

① 에 ② 에서 ③ 을 ④ 한테

2. 진아 식당( ) 사람이 많아요.

① 으로 ②을 ③ 에 ④ 에서

3. 일주일( ) 한 번 외식을 해요.

① 만 ② 로 ③ 부터 ④ 에

4. 사람들이 우리 집( ) 와요.

① 과 ② 에 ③ 이 ④ 에게

5. 가 : 어디에 가요?
나 : 식당(㉠) 밥 먹으러 가요.

① 에서 ② 에 ③ 을 ④ 이

답(Đáp án)

문항	1	2	3	4	5
답-Đáp	①	③	④	②	②

13 N + –에서(ở + Danh từ)

① Cho biết địa điểm xảy ra hành động.

예 수영장에서 수영을 합니다.
Bơi ở hồ bơi.

② Cho biết điểm xuất phát, nơi xuất phát

예 형은 집에서 왔고 저는 학교에서 왔습니다.
Anh trai đã đến từ nhà, còn tôi đến từ trường

저는 베트남 사람입니다. 호치민에서 왔어요.
Tôi là người Việt Nam. Đã đến từ thành phố Hồ Chí Minh.

③ Được dùng trong trường hợp chủ ngữ là tập thể, cơ quan.

예 조금 전에 마트에서 물건을 샀어요.
Hồi nãy đã mua hàng hóa ở siêu thị.

우리 동아리에서 여행을 가기로 했어요.
Câu lạc bộ của chúng tôi đã quyết định đi du lịch

④ Được dùng khi nhận được thông tin từ các phương tiện truyền thông.

예 그 뉴스를 TV에서도 보고 인터넷에서도 봤습니다.
Đã cũng đã xem ở trên ti vi và trên cả internet tin thời sự đó.

주의 – Chú ý

-에	-에서
1시에 수업을 시작합니다. Bắt đầu lớp học lúc 1 giờ. 3시에 수업이 끝납니다. Kết thúc lớp học lúc 3 giờ.	1시에서 3시까지 수업을 합니다. Học từ 1 giờ đến 3 giờ.
학원에 있습니다. Đang ở trung tâm. 학원에 갑니다. Đi đến trung tâm	학원에서 공부합니다. Học ở trung tâm.
냉동실에 아이스크림을 넣습니다. Bỏ cây kem vào ngăn lạnh.	냉장고에서 아이스크림을 꺼냅니다. Lấy cây kem ở ngăn lạnh ra.
한국에 여행 왔습니다. Đã đi du lịch Hàn quốc.	베트남에서 유학왔습니다 Đã từ Việt Nam đến du học.
칠판에 글씨를 씁니다. Viết chữ lên bảng.	교실에서 공부를 합니다. Học ở trong lớp học.

연습문제(Bài tập luyện tập)

(　　) 안에 알맞은 것을 고르십시오. Hãy chọn từ thích hợp điền vào (　　).

1. 저는 베트남(　) 왔습니다.

① 과　　② 이　　③ 한테　　④ 에서

2. 집 앞(　　) 친구를 기다렸습니다.

① 에서　　② 이　　③ 은　　④ 도

3. 오늘 회사(　　) 회식을 합니다.

① 가　　② 에서　　③ 한테　　④ 에

4. 가 : 어디에 가요?

나 : 도서관(㉠) 가요. 도서관(㉡) 공부할 거예요.

① ㉠-에서 ㉡-에서　　② ㉠-에 ㉡-에

③ ㉠-에서 ㉡-에　　④ ㉠-에 ㉡-에서

답(Đáp án)

문항	1	2	3	4
답-Đáp	④	①	②	④

14 N-로/으로

(bằng/(chỉ hướng) + Danh từ)

-로: được dùng khi danh từ được kết thúc bởi phụ âm "ㄹ" hoặc nguyên âm;
-으로: được dùng khi danh từ được kết thúc bởi phụ âm

① Đứng phía sau một chỉ nơi chốn nhằm thể hiện địa điểm đến hay phương hướng cần đến hoặc bày tỏ sự di chuyển thông qua nào đó

예 4번 출구로 나오세요.
Hãy ra cửa số 4.

빨리 가려면 역으로 지나가야 해요.
Nếu muốn đi nhanh thì phải đi ngang qua ga này.

② '-에' và '-로/으로'는 khi sử dụng với các động từ có ý nghĩa di chuyển như '**가다, 오다, 떠나다, 도착하다**' thì thông thường '-에' chỉ điểm đến, còn '-로/으로' chỉ điểm xuất phát, mục tiêu điểm hoặc phương hướng, nơi tạm dừng quá cảnh

예 학교 카페에 오세요(카페로 오세요).
Hãy đến quán cà phê trường.

부모님은 한국에 도착했어요(한국으로 도착했어요 (x)).
Bố mẹ đã đến Hàn quốc.

친구들은 서울로 떠났어요(서울에 떠났어요 (x)).
Những người bạn đã rời khỏi Seoul.

③ Thể hiện phương pháp, phương thức hoặc công cụ thực hiện hành vi nào đó.

예 교실에서 한국말로 말하세요.
Xin đừng nói tiếng Hàn trong lớp học.

베트남 사람은 젓가락으로 밥을 먹어요.
Người Việt Nam ăn cơm bằng đũa.

저는 버스로 학교에 가요.
Tôi đến trường bằng xe buýt.

④ Thể hiện nguyên liệu hay vật liệu làm ra vật nào đó

예 이 음식은 무엇으로 만들어요?
Món ăn này làm bằng cái gì?

빵은 밀가루로 만들어요.
Bánh làm bằng bột mì.

연습문제(Bài tập luyện tập)

(　　) 안에 알맞은 것을 고르십시오. Hãy chọn từ thích hợp điền vào (　　).

1. ○○대학교에서 친구(　　) 만납니다.

① 가　　② 는　　③ 를　　④ 에게

2. 의자는 나무(　　) 만들었어요.

① 로　　② 의　　③ 를　　④ 도

3. 한 달(   ) 한 번쯤 영화를 봐요.

① 에　　② 에서　　③ 도　　④ 로

4. 내일 오후 네 시(   ) 만납시다.

① 가　　② 에　　③ 를　　④ 로

5. 저는 커서 의사(   ) 되고 싶어요.

① 가　　② 로　　③ 을　　④ 에

6. 가 : 광화문에 어떻게 가요?

나 : 2호선을 타세요. 그리고 동대문 역에서 5호선(   ) 갈아타세요.

① 을　　② 에　　③ 에서　　④ 으로

답(Đáp án)	문항	1	2	3	4	5	6
	답-Đáp	③	①	①	②	①	④

15 V/A + –고(và + Động từ/Tính từ)

① Sử dụng khi liệt kê các sự vật, hành vi, trạng thái

예 책상 위에는 연필이 있고 지우개가 있습니다.
Trên bàn có cây bút chì và cái tẩy.

우리 형은 잘생기고 똑똑해요.
Anh của tôi đẹp trai và thông minh.

② Liên kết các hành động theo thứ tự thời gian(= –고 나서, –(으)ㄴ 후에)

예 운동을 하고 나서 씻어라.
Hãy tập thể dục và tắm rửa.

주의 – Chú ý

	Quan hệ giữa vế trước và vế sau	Ví dụ
V+–아/어서	Nếu không có hành động ở vế trước thì không thể xảy ra hành động ở vế sau	학교에 가서 공부한다. Đến trường rồi học.
V+–고	Hành động vế trước và vế sau không có quan hệ trước sau cũng được	학교에 가고 공부한다. Đến trường và học.

	Liệt kê (có thể thay đổi vị trí vế trước và vế sau)	Thứ tự	Đồng thời xảy ra (Hành động vế trước và vế sau cùng xảy ra)
–아/어서	X	X	X
–고	O	X	X

	Liệt kê	Thứ tự	Đồng thời xảy ra (Hành động vế trước và vế sau cùng xảy ra)
	(có thể thay đổi vị trí vế trước và vế sau)		
-며	O	O	O
-(으) 면서	O	O	O

연습문제(Bài tập luyện tập)

(　　) 안에 알맞은 것을 고르십시오. Hãy chọn từ thích hợp điền vào (　　).

1. 가 : 교실이 어때요?

나 : (　　) 밝아요.

① 깨끗하면　② 깨끗하고　③ 깨끗해도　④ 깨끗해서

2. 가 : 이 식당 음식이 맛있어요?

나 : 네, (　　) 싸요.

① 맛있고　② 맛있어서　③ 맛있으면　④ 맛있으니까

3. 가 : 이 필통이 어때요?

나 : (　　) 작아요.

① 예쁘면　② 예쁘고　③ 예뻐서　④ 예쁘니까

4. 가 : 어제 뭐 했어요?

나 : 쇼핑을 (　　) 커피숍에 가서 커피를 마셨어요.

① 하니까　② 해서　③ 하지만　④ 하고

5. 가 : 어제 민수씨하고 뭐 했어요?
나 : 같이 (　　) 식사를 했어요.

① 운동하고　② 운동하면　③ 운동해서　④ 운동하지만

6. 가 : 누나가 있나요?
나 : 누나는 (　　) 동생은 있어요.

① 없고　② 없어서　③ 없으면　④ 없으니까

7. 가 : 언제 약을 먹나요?
나 : 식사를 (　　) 30분 후에 드세요.

① 하고　② 해서　③ 하지만　④ 하려고

8. 가 : 이번 방학 때 뭐 할 거예요?
나 : 여행을 (㉠) 운동을 (㉡)

① ㉠-하고 ㉡-할 거예요　② ㉠-했고 ㉡-했어요
③ ㉠-하려고 ㉡-했어요　④ ㉠-해서 ㉡-할 거예요

답(Đáp án)

문항	1	2	3	4	5	6	7	8
답-Đáp	②	①	②	④	①	①	①	①

16 N + –과/와(và + Danh từ)

Danh từ có kết thúc bằng phụ âm	과	빵과 우유
Danh từ có kết thúc bằng nguyên âm	와	우유와 빵

① 명사와 명사를 이어주면서 '나열'의 의미를 가진다

Nối hai danh từ với nhau và mang ý nghĩa liệt kê

'와/과'는 '하고', '(이)랑'과 바꿔 쓸 수 있다.

'와/과' có thể dùng thay thế cho '하고', '(이)랑'

'하고', '(이)랑'은 주로 말할 때 쓰고 반복해서 사용할 수 있다.

'하고', '(이)랑'

thường được dùng trong khi nói và có thể lập đi lập lại khi sử dụng

예 지하철과 버스 요금이 많이 올랐습니다.

Phí tàu điện và xe buýt đã tăng lên rất nhiều.

백화점에서 옷하고 구두를 샀어요.

Đã mua áo và giầy ở trung tâm thương mại.

냉장고에 물과 우유가 있으니까 꺼내 드세요.

Trong tủ lạnh có nước và sữ nên hãy lấy ra uống.

② '함께, 같이'와 함께 쓰여 주체와 함께 행위를 한다는 것을 의미한다.

Đi cùng với '함께, 같이'

với ý nghĩa cùng với chủ thể được nhắc đến cùng nhau thực hiện hành động.

'함께, 같이'는 생략할 수 있다. Có thể lược bỏ '함께, 같이'

예 친구와 (함께) 여행을 갑니다.
Đi du lịch cùng với bạn.
매주 일요일 부모님과 (함께) 점심을 먹습니다.
Mỗi chủ nhật, ăn trưa cùng với bố mẹ.
동생하고 (같이) 저녁을 먹기로 했어요.
Đã hẹn ăn tối cùng với em.

주의 – Chú ý

N	-와/과	마지막에 연결되는 명사 뒤에 쓸 수 없음. Không thể dùng ở phía sau danh từ được liên kết đứng ở cuối cùng	나는 야채와 과일과 좋아합니다. (X)
	-하고 -(이)랑	말할 때 주로 쓰임. Thường dùng trong văn nói 마지막에 연결되는 명사 뒤에 쓸 수 있음. Có thể dùng ở phía sau danh từ được liên kết đứng ở cuối cùng.	나는 야채하고 과일하고 좋아합니다.(O) 나는 야채랑 과일이랑 좋아합니다.(O)

연습문제(Bài tập luyện tập)

(　　) 안에 알맞은 것을 고르십시오. Hãy chọn câu trả lời thích hợp nhất cho (　　)

1. 토요일에 나는 여자친구(　) 놀이공원에 갔어요.

① 의　② 와　③ 을　④ 에게

2. 아침에 쿠키(　) 우유를 먹었어요. 그리고 사과(　) 먹었어요.

① 와, 도　② 과, 은　③ 을, 도　④ 과, 도

3. 여기에 공책(　) 필통이 있어요.

① 을　② 은　③ 하고　④ 에서

4. 문구점에서 연필( ) 지우개를 샀어요.

① 도 ② 만 ③ 부터 ④ 하고

다음을 읽고 질문에 답하십시오. Hãy đọc đoạn văn sau và trả lời câu hỏi

저는 볼링을 좋아합니다. 제 아내도 볼링을 좋아합니다. 어제는 아내( ) 같이 볼링을 쳤습니다. 집 근처에 볼링장이 있습니다. 우리는 거기에서 볼링을 한 시간쯤 쳤습니다. 집에 돌아와서 저녁을 맛있게 먹었습니다. 오랜만에 운동을 하니까 기분이 좋았습니다.

5. ( )에 맞는 것을 고르십시오.

① 가 ② 과 ③ 와 ④ 에게

다음을 읽고 질문에 답하십시오. Hãy đọc đoạn văn sau và trả lời câu hỏi

영희 : 창수 씨, 구두 멋있어요. 어디에서 샀어요?
창수 : 제가 산 게 아니에요. 지난 주에 아내한테서 생일 선물로 받은 거에요.
영희 : 지난 주가 생일이었어요? 지났지만 생일 축하해요.
창수 : 고맙습니다.
영희 : 그런데 생일에 뭐 했어요?
창수 : 집에서 아이들( ) 지냈어요.

6. ( )에 맞는 것을 고르십시오.

① 하고 ② 을 ③ 한테 ④ 마다

답(Đáp án)	문항	1	2	3	4	5	6
	답-Đáp	②	①	③	④	③	①

17 N + –(이)나

① 몇 가지 중에서 하나를 선택한다는 의미를 나타냄.

Thể hiện ý nghĩa chọn một trong vài việc, sự vật đã đề cập.

예 방학 때 중국이나 일본을 여행할 거예요.

Sẽ đi du lịch Trung Quốc hoặc Nhật Bản vào kỳ nghỉ.

손님이 오시니까 사과나 배를 좀 사 가지고 오세요.

Vì có khách đến nên hãy mua táo hay lê đem về nhé.

의미 ①의 경우 :

'–(이)든지'로 바꾸어 쓸 수 있음. Ở trường hợp ①: có thể dùng '–(이)든지' để thay thế.

예 어느 곳이나 가도 괜찮아요. – 어느 곳이든지 가도 괜찮아요.

② 가장 좋은 것은 아니지만 선택한다는 의미를 나타냄.

Điều được đề cập không phải là điều tốt nhất nhưng bày tỏ ý nghĩa ý nghĩa lựa chọn.

예 밥이 없는데 라면이나 끓일까요?

Không có cơm nên nấu mì gói hay cái gì đó nhé?

바다는 너무 머니까 가까운 산에나 갑시다.

Biển xa quá nên hãy cùng leo núi gần gần hay thế nào đó.

심심한데 텔레비전이나 보세요.

Chán nên xem phim hay gì đó.

의미 ②의 경우 :

'-(이)라도'로 바꾸어 쓸 수 있음. Trong trường hợp

② này có thể dùng '-(**이**)**라도**' để thay

'-(이)라도' - (이)나'에 비해 소중함, 만족함을 나타냄.

'-(**이**)**라도**' bày tỏ ý thỏa mãn, hài lòng, trân trọng hơn so với '-(**이**)**나**'

예 밥이 없는데 라면이나 끓일까요? = 밥이 없는데 라면이라도 끓일까요?

Không có cơm nên cho dù là mì cũng nấu nhé?

라면이라도 있어서 다행이에요.(O)　라면이나 있어서 다행이에요.(X)

dù có mì gói cũng là may mắn

바다는 너무 머니까 가까운 산에나 갑시다. = 바다는 너무 머니까 가까운 산에라도 갑시다.

Biển quá xa nên dù là núi cũng cùng đi thôi.

심심한데 텔레비전이나 보세요. = 심심한데 텔레비전이라도 보세요.

Buồn chán nên dù là ti vi cũng hãy xem.

③ 예상보다 크거나 많다는 의미를 나타냄.

Thể hiện ý nghĩa nhiều hay lớn so với dự đoán.

예 제 남편은 키가 187cm나 됩니다.

Chồng tôi cao những 187 cm

할머니께서 세뱃돈으로 10만 원이나 주셨어요.

Bà đã cho tiền lì xì đến (những) 100 nghìn won.

주의 – Chú ý

-(이)나	수량이 예상되는 정도를 넘거나 꽤 많음을 나타냄. Số lượng quá hay nhiều hơn so với dự đoán.	오늘은 여섯 시간이나 잤어요. (많이 잤음을 의미) Hôm nay đã ngủ đến (những) 6 tiếng đồng hồ (ý nói ngủ nhiều)
-밖에 안/못	수량이 예상되는 정도가 안 되거나 적음을 나타냄. Số lượng không được hay ít hơn so với dự đoán.	오늘은 여섯 시간밖에 못 잤어요. (조금 잤음을 의미) Hôm nay không ngủ được ngoài 6 tiếng (ý nói ngủ ít)

연습문제(Bài tập luyện tập)

( ) 안에 알맞은 것을 고르십시오. Hãy chọn từ thích hợp điền vào ( ).

1. 가 : 어제 강연회에 사람이 200명쯤 왔다고 해요.
나 : 200명(　　)? 그렇게 많이 왔어요?

① 이나요　② 뿐이요　③ 만이요　④ 밖에요

2. 결혼식에 손님이 많이 왔어요. 500명(　　) 왔어요.

① 도　② 만　③ 밖에　④ 이나

3. 일요일에 열두 시간(　　) 잤어요.

① 부터　② 밖에　③ 보다　④ 이나

4. 가 : 신혼여행은 어디로 갈 거예요?

나 : 몰디브(　　　) 하와이괌 중에서 갈 거예요.

① 나　　② 도　　③ 만　　④ 로

5. 연필(　　　) 볼펜을 좀 빌려 주시겠습니까?

① 도　　② 만　　③ 이나　　④ 밖에

6. 가 : 수업 끝난 후에 뭐 할까요?

나 : 영화(　) 봅시다.

① 가　　② 만　　③ 도　　④ 나

답(Đáp án)

문항	1	2	3	4	5	6
답-Đáp	①	④	④	①	③	④

18 있다(đang + Động từ)

① **어떤 동작이 진행 중이거나 계속됨을 나타냄.** (=**는 중이다**) Diễn tả một hành động đang trong quá trình tiến hành hoặc liên tục diễn ra (=**는 중이다**)

예 아이들이 노래를 부르고 있습니다.
Những em bé đang hát.

주의 – Chú ý

-고 있다	동작이 진행 중이거나 계속됨. Hành động đang tiến hành, đang tiếp diễn	친구는 부산에 가고 있어요(가는 중임). Bạn đang đi đến Busan(Đang đi).
-아/어 있다	행위나 변화가 끝난 후 상태가 유지되거나 결과가 지속됨. Sau khi hành động kết thúc, tình trạng được duy trì hoặc kết quả sự việc liên tục	친구는 부산에 가 있어요(도착했음). Bạn đang (đi và) ở Busan(Đã đến và ở đó).

-고 있다	바지를 입고 있어요.(O) Đang mặc quần	
-아/어 있다	바지를 입어 있어요.(X)	목적어가 필요 없는 동사에만 사용. Chỉ sử dụng cho động từ không cần tân ngữ.

-고 있다	바지를 입고 있어요.	동작의 진행, 그 결과의 지속 Thực hiện động tác và liên tục duy trì kết quả đó.
-는 중이다	바지를 입는 중입니다.	동작을 하는 상태, 순간 Trạng thái và giây phút thực hiện hành động

연습문제(Bài tập luyện tập)

(   ) 안에 알맞은 것을 고르십시오. Hãy chọn từ thích hợp điền vào (   ).

1. 가 : 여보세요. 주영씨, 지금 통화할 수 있나요?
나 : 미안해요. 지금은 (   ). 제가 이따가 전화할게요.

① 회의하고 있어요　② 회의할 수 있어요
③ 회의한 적이 있어요　④ 회의하는지 알아요

2. 가 : 지금 어디예요? 약속 장소로 오는 중이에요?
나 : 네, (   ). 조금만 더 기다려 주세요.

① 가 주세요　② 가도 돼요　③ 가 보세요　④ 가고 있어요

3. 가 : 운전을 할 수 있어요?
나 : 아니요, 지금 (   ).

① 배웠어요　② 배우십시오
③ 배워 보세요　④ 배우고 있어요

다음을 읽고 질문에 답하십시오. Hãy đọc đoạn văn sau và trả lời câu hỏi

가 : 실례합니다. 이승민씨 지금 자리에 계십니까?
나 : 아니요, 지금 회의를 (   ).
가 : 그래요? 회의가 몇 시에 끝납니까?
나 : 곧 끝나요. 잠시만 기다리세요.

4. (   )에 알맞은 것을 고르십시오.

① 해 봐요　② 하게 돼요　③ 하고 싶어요　④ 하고 있어요

다음을 읽고 질문에 답하십시오. Hãy đọc đoạn văn sau và trả lời câu hỏi

가 : 무슨 일로 오셨습니까?
나 : 사장님을 만나러 왔습니다. 어느 분이 사장님이십니까?
가 : 저기 갈색 안경을 (쓰다) 있는 분입니다.
나 : 네, 감사합니다.

5. (　　)를 알맞게 고쳐 쓰십시오. ⇨ (　　　).

6. 가 : 투안 씨가 요즘 뭐해요?
나 : 투안 씨가 요즘 태권도를 (　　　　　).
① 배울 거예요　② 배우고 있어요　③ 가르칠 거예요　④ 배웠어요

답(Đáp án) 문항	1	2	3	4	5	6
답-Đáp	①	④	④	④	쓰고	③

19 V + –(으)세요/(으)십시오

명령, 요청. Câu mệnh lệnh, đề nghị được thể hiện ở dạng kính ngữ.

예 교실로 가 보세요.

Xin hãy đi đến lớp học thử xem.

교실로 가십시오.

Xin hãy đi đến lớp học.

Cách dùng

Động từ kết thúc bằng nguyên âm, động từ có patchim 'ㄹ'.	–세요 가다 – 가세요	–십시오 가십시오
Động từ kết thúc bằng phụ âm.	–으세요 앉다 – 앉으세요	–으십시오 앉으십시오

주의 – Chú ý

	평서문 Tường thuật	의문문 Câu hỏi	명령문 Câu mệnh lệnh		Biểu hiện có thể thay thế
–(으)세요	O	O	O	Mối quan hệ trên dưới thân thiết, cuộc sống thường nhật.	–아/아요, –(으)셔요
–(으)십시오	X	X	O	Ở nơi mang tính nghi thức, lần đầu tiên gặp	–(으)시지요

연습문제(Bài tập luyện tập)

(　　) 안에 알맞은 것을 고르십시오. Hãy chọn từ thích hợp điền vào (　　).

1. 가 : 어서 오세요. 손님, 뭘 드릴까요?
나 : 김밥 두 줄만 (　　).

① 주세요　② 줍시다　③ 줬어요　④ 주겠어요

2. 가 : 제가 그곳에 몇 시까지 가야 돼요?
나 : 7시까지 (　　).

① 오세요　② 왔어요　③ 올 거예요　④ 오려고 해요

3. 가 : 어디에 제 이름을 쓸까요?
나 : 여기에 (　　).

① 쓰세요　② 씁시다　③ 씁니다　④ 쓰겠어요

(　　) 안에 맞지 않는 것을 고르십시오.

4. 가 : 저하고 같이 공부할까요?
나 : 네, 같이 (　　).

① 공부해요　② 해요　③ 공부하세요　④ 공부합시다

다음을 읽고 질문에 답하십시오. Hãy đọc đoạn văn sau và trả lời câu hỏi

가 : 다음 주말에 희경씨랑 제주도에 갈 건데 같이 (   )?

나 : 제주도요? 한 번 가 보고 싶은데 아직 잘 모르겠어요.

가 : 아직 시간이 있으니까 천천히 생각해 보고 이야기해 주세요.

나 : 네, 그럴게요.

5. (   )에 알맞지 않은 것을 고르십시오.

① 가세요   ② 갑시다   ③ 갈래요   ④ 갈까요

6. 가 : 인천 공항에 어떻게 가요?

나 : 저쪽 버스 정류장에서 공항 버스를 (   )

① 내리세요   ② 탈 거예요   ③ 타세요   ④ 탔어요

답(Đáp án)

문항	1	2	3	4	5	6
답-Đáp	①	①	①	③	①	③

20 V + –고 싶다(muốn + Động từ)

Bày tỏ nội dung người nói và người nghe muốn hoặc mong đợi.

예 저는 한국어를 잘하고 싶습니다.
Tôi muốn nói tốt tiếng Hàn.

주의 – Chú ý

-고 싶다	Chủ ngữ là người nói	나는 서울에 가고 싶어요. Tôi muốn đi Seoul.
-고 싶어 하다	Chủ ngữ không phải là người nói mà là người khác.	남동생은 서울에 가고 싶어 해요. Em trai muốn đi Seoul.

Đối với tính từ: A + –**아/어지고 싶다** (trở nên + <tính từ>)

예 예쁘고 싶어요.(X)
예쁘지고 싶어요.(O) Muốn trở nên đẹp

연습문제(Bài tập luyện tập)

(　　) 안에 알맞은 것을 고르십시오. Hãy chọn từ thích hợp điền vào (　　).

1. 가 : 내년에는 뭐 할 거예요?

나 : 한국 회사에 (　　).

① 다녔어요　　② 다녀서요　　③ 다녔는데요　　다니고 싶어요

2. 가 : 집에서 회사까지 가까워요?

나 : 아니요, 지하철로 40분쯤 걸려요. 회사 근처에서 (　　).

① 살아서 좋아요　　② 살기가 좋겠어요

③ 사니까 좋을 거예요　　④ 살고 싶어요

3. 가 : 주말에 뭐 할 거예요?

나 : 그냥 집에서 좀 (　　).

① 쉬고 있어요　　② 쉬어 보세요　　③ 쉬고 싶어요　　④ 쉬어 봤어요

다음을 읽고 질문에 답하십시오. Hãy đọc đoạn văn sau và trả lời câu hỏi

가 : 많이 기다렸지요? 늦게 와서 미안해요.

나 : 괜찮아요. 일이 끝났어요?

가 : 네, 끝났어요. 오늘 저녁을 (　　) 시간이 어때요?

나 : 좋아요.

4. (　　)에 알맞은 것을 고르십시오.

① 사 주니까　　② 사기로 하면　　③ 사고 싶은데　　④ 사려고 하지만

다음을 읽고 질문에 답하십시오. Hãy đọc đoạn văn sau và trả lời câu hỏi

민석 : 어서 오세요. 어떤 옷을 찾으세요?

수미 : 어제 여기에서 이 옷을 샀는데 옷이 좀 작아요. 그래서 (　　).

민석 : 그러세요? 그런데 그 옷은 큰 것이 없어요. 이건 어때요?

수미 : 한 번 입어 볼게요.

5. (　　　)에 알맞은 것을 고르십시오.

① 바꾸세요　② 바꾸었어요　③ 바꾸고 싶어요　④ 바꿔요

6. 가 : 돈이 많이 있으면 뭐 할 거예요?

나 : 세계 여행을 하고 (　　　　).

① 있었어요　② 싶었어요　③ 있어요　④ 싶어요

답(Đáp án)

문항	1	2	3	4	5	6
답-Đáp	④	④	③	③	③	④

21 V + –지 말다(Đừng + <động từ>)

Dùng để biểu hiện ý phủ định của câu đề nghị và câu mệnh lệnh.

Cách dùng

<table>
<tr><td rowspan="2">청유
Đề nghị</td><td>–(으)ㅂ 시다
–(으)ㄹ 까요?</td><td>–지 맙시다
–지 말까요?</td><td rowspan="2">가 : 내일 영화 보러 갈까요?
Ngày mai đi xem phim nhé?
나 : 아니요, 다음 주에 시험이 있으니까 영화 보지 맙시다.
Không, vì tuần sau thi nên dừng xem phim.
가 : 그럼 우리 집에서 같이 공부할까요?
Vậy chúng ta cùng họ ở nhà nhé?
나 : 집에서 하지 말고 도서관에 갑시다.
Đừng học ở nhà và hãy cùng đến thư viện.</td></tr>
<tr><td colspan="2">–지 말고 –(으)ㅂ 시다
–지 말고 –(으)ㄹ 까요?</td></tr>
<tr><td rowspan="2">명령
Mệnh lệnh</td><td>–(으)십시오
–(으)세요</td><td>–지 마십시오
–지 마세요</td><td rowspan="2">가 : 오늘 등산을 가려고 해요.
Hôm nay định leo núi.
나 : 오후에 비가 오니까 등산가지 마세요.
오늘은 집에서 쉬세요.
Vì chiều mưa đến đừng đi leo núi. Hôm nay xin hãy nghỉ ở nhà
가 : 그럼 집에서 텔레비전이나 봐야겠어요.
Thế, phải xem ti vi hay cái gì đó ở nhà vậy.
나 : 텔레비전 보지 말고 영화 보세요
재미있는 DVD가 있어요.
Đừng xem ti vi mà hãy xem phim. Có DVD hay này.</td></tr>
<tr><td colspan="2">–지 말고 –(으)십시오
–지 말고 –(으)세요</td></tr>
</table>

연습문제(Bài tập luyện tập)

( ) 안에 알맞은 것을 고르십시오. Hãy chọn từ thích hợp điền vào ( ).

1. 가 : 배가 아파요.
나 : 그러면 아이스크림을 ( ).

① 먹었어요 ② 먹지 않아요
③ 먹지 마세요 ④ 먹을 거예요

2. 가 : 삼겹살을 더 먹을까요?
나 : 아니요, 배가 부르니까 더 ( ).

① 먹을 거예요 ② 먹지 맙시다
③ 먹어야 해요 ④ 먹지 않았어요

다음을 읽고 질문에 답하십시오. Hãy đọc đoạn văn sau và trả lời câu hỏi

가 : 음식을 좀 더 시킬까요?
나 : 아니요, 더 ( ). 배가 불러요.
가 : 그럼 나가서 차 마실래요?
나 : 그래요, 차는 제가 살게요.

3. ( )에 알맞은 것을 고르십시오.

① 시키세요 ② 시키고 싶어요
③ 시키지 마세요 ④ 시키지 않아요

다음을 읽고 질문에 답하십시오. Hãy đọc đoạn văn sau và trả lời câu hỏi

의사 : 어디가 불편하신가요?

환자 : 기침을 계속 하고 열이 좀 나요.

의사 : 언제부터 그래요?

환자 : 일주일 전부터 아프기 시작했어요.

의사 : 목도 아프고 콧물도 나오지요? 감기에 걸렸네요. 사람 많은 데는 가지 (　　) 약을 좀 드시고 약 드시는 동안에는 술은 마시지 (　　).

환자 : 네 알겠습니다.

4. (　　)에 맞는 것을 고르십시오.

① 말고, 말으세요　　② 말고, 마세요

③ 않고, 않으세요　　④ 않고, 않았어요

답(Đáp án)	문항	1	2	3	4
	답-Đáp	③	②	③	②

22 안 V/A V/A + -지 않다 (không + tính từ/động từ)

Dạng phủ định của tính từ hoặc động từ.

예 학교에 안가요.
Không đi đến trường.
학교에 가지 않아요.
Không đi đến trường.

주의 – Chú ý

Động từ được cấu tạo bởi công thức ' N (danh từ)+ **하다**' thì phải đặt '**안**' ở giữa danh từ và '**하다**'.

V/A+-지 않다	안 V/A	
토요일에는 학교에 가지 않아요.	토요일에는 학교에 안 가요.	Thứ 7 không đi đến trường.
오늘 날씨가 덥지 않아요.	오늘 날씨가 안 더워요.	Thời tiết hôm nay không nóng.
저는 겨울을 좋아하지 않아요.	저는 겨울을 안 좋아해요.	Tôi không thích mùa đông.
이번 방학에는 여행하지 않아요.	이번 방학에는 여행 안 해요.	Kỳ nghỉ này không đi du lịch.
요즘 바쁘지만 피곤하지 않아요.	요즘 바쁘지만 안 피곤해요.	Dạo này bận nhưng không mệt

Chú ý cách trả lời cho câu hỏi khẳng định và phủ định.

학교에 가요? Có đi đến trường không?	네, 가요 Vâng, đi.
	아니요, 안 가요. / 아니요, 가지 않아요. Không, không đi.
학교에 안 가요? Không đến trường à?	네, 안가요 / 네, 가지 않아요. Vâng, không đi.
	아니요, 가요. Không, đi.

연습문제(Bài tập luyện tập)

(　　) 안에 알맞은 것을 고르십시오. Hãy chọn từ thích hợp điền vào (　　).

1. 가 : 민아씨, 자전거 (　　　)?

나 : 네, 안 타요.

① 탔어요　　② 탑시다　　③ 안 타요　　④ 타세요

2. 가 : 오늘 학교에 가요?

나 : 아니요, (　　).

① 가요　　② 가세요　　③ 안 가요　　④ 가 봐요

밑줄 친 말과 같은 것을 고르십시오.

3. 가 : 피곤하세요?

나 : 아니요, 피곤하지 <u>않아요</u>.

① 못 피곤해요　　② 안 피곤해요　　③ 피곤 못 해요　　④ 피곤 안 해요

다음을 읽고 질문에 답하십시오. Hãy đọc đoạn văn sau và trả lời câu hỏi

이번 달부터 서울 시내의 모든 가게에서는 일회용 비닐 봉투를(   ). 물건을 사러 오실 때 물건을 넣어 갈 봉투를 가지고 와야 합니다. 봉투가 필요한 분들은 봉투 한 개에 20원을 내야 합니다. 봉투를 다시 가게로 가지고 오면 20원을 돌려 드립니다.

4. (   )에 알맞은 것을 고르십시오.

① 사용한 적이 있습니다
② 사용한 지 오래 됐습니다
③ 사용하려고 했습니다
④ 사용하지 않습니다

5. 가 : 보통 주말에도 학교에 가요?

나 : 아니요, 주말에는 학교에 (   ).

① 가요
② 안 갔어요
③ 안 가요
④ 가지 않았어요

답(Đáp án)	문항	1	2	3	4	5
	답-Đáp	④	③	②	④	③

23 못 + V， V + –지 못하다 (không thể + <động từ>)

Sử dụng để nói đến việc không có năng lực hoặc khả năng để thực hiện hành động nào đó.

예 저는 기타를 못 쳐요. 배우지 않아서 할 줄 몰라요. (능력)
Tôi không thể chơi ghi-ta. Vì không học nên không biết cách chơi. (năng lực)
저는 기타를 치지 못해요. 손을 다쳐서 칠 수 없어요. (가능)
Tôi không thể chơi ghi-ta. Vì tay bị thương nên không thể chơi được. (khả năng)

주의 – Chú ý

Đối với những động từ có cấu trúc 'N + **하다**' thì đặt '**못**' ở giữa danh từ và **하다**.

예 오늘 못 일해요. (X)
오늘 일 못 해요. (O)

안	못
하고 싶지 않은 일 – Việc không muốn làm	할 수 없는 일 – Việc không thể làm
배가 고프지만 먹고 싶지 않아서 밥을 안 먹었어요.	배가 고프지만 시간이 없어서 밥을 못 먹었어요.
Đói bụng nên không muốn ăn nên đã không ăn cơm.	Đói nhưng không có thời gian nên không thể ăn.

	의미	예
못 +V	Không có năng lực hoặc không theo như ý chí của mình	시간이 없어서 문제를 못 풀었어요.(O) Không có thời gian nên không thể giải được vấn đề.
V+-지 못하다		시간이 없어서 문제를 풀지 못했어요.(O)
A+-지 못하다	Đi cùng với một số tính từ * để diễn tả năng lực hay tình huống không đạt như mình mong muốn.	요즘 철수네 집 사정이 못 좋아요.(X)
		요즘 철수네 집 사정이 좋지 못해요.(O) Gần đây tình hình gia đình nhà của Jeon su không được tốt.

* một số tính từ có thể dùng với cấu trúc này là: **좋다, 편하다, 옳다, 넉넉하다, 우수하다, 만족하다, 풍부하다.**

연습문제(Bài tập luyện tập)

( ) 안에 알맞은 것을 고르십시오. Hãy chọn từ thích hợp điền vào ( ).

1. 가 : 오늘 친구를 만날 거예요?

나 : 아니요, 시간이 없어서 ( ).

① 못 만나요 ② 안 만났어요 ③ 만날 거예요 ④ 만나지 마세요

2. 가 : 효정씨, 산에 자주 가세요?

나 : 아니요, 자주 ( ).

① 가요 ② 가세요 ③ 못 가요 ④ 안 가세요

다음 밑줄 친 말과 바꿀 수 있는 것을 고르십시오.

3. 저의 형은 자전거를 잘 타는데 저는 탈 줄 몰라요.

① 못 타요　　② 타면 좋아요　　③ 탈 수 있어요　　④ 못 타 봤어요

다음을 읽고 질문에 답하십시오. Hãy đọc đoạn văn sau và trả lời câu hỏi

가 : 은미씨 소식 들었어요?

나 : 아니요, (　　). 무슨 일이 있어요?

가 : 어제 교통사고가 나서 병원에 입원했어요.

나 : 그래요? 그럼 병원에 가 봐야겠네요.

4. (　　)에 알맞은 것을 고르십시오.

① 들었어요　　② 안 들었어요　　③ 못 들었어요　　④ 들을 수 없어요

다음을 읽고 질문에 답하십시오. Hãy đọc đoạn văn sau và trả lời câu hỏi

가 : 오늘 저하고 당구를 칠 수 있어요?

나 : 미안해요. 오늘은 시간이 없어서 (　　).

가 : 그럼 언제 시간이 있어요?

나 : 내일은 시간이 있어요.

5. (　　)에 알맞은 것을 고르십시오.

① 못 쳐요　　② 잘 쳐요　　③ 칠 거예요　　④ 안 쳤어요

6. 가 : 이번 주말에 같이 수영할 수 있어요?
나 : 아니요. 이번 주말에 시험이 있어서 같이 (   ).

① 수영해요
② 수영할 수 있어요
③ 수영 못 해요
④ 못 수영해요

답(Đáp án)

문항	1	2	3	4	5	6
답-Đáp	①	③	①	③	①	③

24 V/A + –아/어서 (tính từ/động từ + 아/어서)

① Bày tỏ lý do, nguyên nhân.

예 열심히 공부해서 시험에 합격했어요.
Vì chăm chỉ học nên đã thi đậu.

옷이 작아서 큰 것으로 바꾸려고 해요.
Vì áo nhỏ nên định đổi sang cái lớn.

공휴일이라서 회사에 안 갑니다.
Vì là ngày nghỉ lễ nên không đi đến công ty.

다음 주부터 방학이어서 여행을 계획하고 있습니다.
Từ tuần sau là kỳ nghỉ nên đang lên kế hoạch du lịch.

✴ Không thể sử dụng với '–았/었–', '–겠–'

예 어제 배가 아팠어서 병원에 갔어요.(X)
어제 배가 아파서 병원에 갔어요.(O)
Hôm qua đau bụng và đã đi bệnh viện.

✴ Không thể sử dụng với câu đề nghị và câu mệnh lệnh.
(Câu đề nghị và câu mệnh lệnh được sử dụng với '– (으)니까'

예 비가 와서 우산을 쓰세요.(X)
비가 오니까 우산을 쓰세요.(O)
Vì trời mưa nên hãy sử dụng ô/dù.

② **동사와 함께 쓰여 일의 앞뒤 관계를 나타낸다.** Sử dụng với động từ thể hiện quan hệ trước của sự việc. Không thể dùng với '-았/었-', '-겠-'

예 학교에 가서 공부합니다.
Đi đến trường rồi học bài.
친구를 만나서 영화를 봅니다.
Gặp bạn rồi xem phim.

Cách dùng

V	-아/어서
A	-아/어서
N	-(이)라서, -여/이어서

주의 – Chú ý

	제약 Giới hạn trong sử dụng		의미 Ý nghĩa		
	-았/었-, -겠-	청유문, 명령문	이유 Lý do	순서 Thứ tự	발견 Phát hiện
-아/어서	X	X	O	O	
-(으)니까	O	O	O		O

<table>
<tr><th>-아/어서</th><th>-고</th><th>예</th></tr>
<tr><td colspan="2">Làm hành động trước rồi mới đến hành động sau</td><td rowspan="2">친구를 만나서 영화를 봤어요(친구와 함께 영화를 봄).
Đa gặp bạn rồi xem phim (cùng với bạn xem phim)
친구를 만나고 집에 왔어요(혼자 집에옴).
Đã gặp bạn và về nhà. (về nhà một mình)
식당에 가서 밥을 먹고 커피숍에 가서 커피를 마셔요.
Đến nhà hàng ăn cơm và đến quán cà phê uống cà phê
(식당에서 밥을 먹은 후에 커피숍에서 커피를 마심.)
(sau khi ăn cơm ở nhà hang thì uống cà phê ở quán cà phê)</td></tr>
<tr><td>Hành động trước sau có quan hệ với nhau</td><td>Hành động trước sau không có quan hệ.</td></tr>
</table>

연습문제(Bài tập luyện tập)

(　　) 안에 알맞은 것을 고르십시오. Hãy chọn từ thích hợp điền vào (　　).

1. 아침부터 열이 (　　) 약을 먹었어요.

① 와서　　② 나서　　③ 들어서　　④ 걸려서

2. 가 : 축구를 했어요?
나 : 아니요, 비가 (　　) 축구를 못 했어요.

① 오고　　② 오러　　③ 와서　　④ 오지만

3. 가 : 같이 산책할까요?
나 : 네, 좋아요. 공원에 (　　) 산책해요.

① 가서　　② 가러　　③ 가려고　　④ 가려면

다음을 읽고 질문에 답하십시오. Hãy đọc đoạn văn sau và trả lời câu hỏi

가 : 뉴스에서 "내일 여의도로 차가 들어가지 못합니다"라고 했어요.
나 : 그래요? 왜 못 들어간다고 해요?
가 : 마라톤 대회가 (　　) 그렇다고 해요.
나 : 그럼, 내일은 회사에 지하철로 가야겠군요.

4. 다음 글의 (　　) 안에 맞는 것을 고르십시오.

① 있는데　　② 있어도　　③ 있어서　　④ 있도록

다음을 읽고 질문에 답하십시오. Hãy đọc đoạn văn sau và trả lời câu hỏi

가 : 준호씨 소식 들었어요?
나 : 아니요, 못 들었어요. 무슨 일이 있어요?
가 : 어제 교통사고가 ( ) 병원에 입원했어요.
나 : 그래요? 그럼 병원에 가 봐야겠네요.

5. 다음 글의 ( ) 안에 맞는 것을 고르십시오.

① 와서 ② 나서 ③ 들어서 ④ 걸려서

6. 가 : 어제 동대문에 왜 갔어요?
나 : 약속이 ( ) 동대문에 갔어요.

① 없어서 ② 없었어 ③ 있었어 ④ 있어서

답(Đáp án)	문항	1	2	3	4	5	6
	답-Đáp	②	③	①	③	②	④

25 V + –고 나서(rồi sau đó + <động từ>)

Sau khi kết thúc một hành động nào đó thì xảy ra một hành động hay một tình huống khác.

예 숙제를 하고 나서 놀았어요.
Làm bài tập rồi sau đó chơi.

주의 – Chú ý

–고 나서 = –고, –고서, –(으)ㄴ 후에, –(으)ㄴ 다음에

예 숙제를 하고 나서 놀았어요. Làm bài tập và sau đó chơi
= 숙제를 한 후에 놀았어요. = 숙제를 한 다음에 놀았어요.
= 숙제를 하고 놀았어요. = 숙제를 하고서 놀았어요.

연습문제(Bài tập luyện tập)

( ) 안에 알맞은 것을 고르십시오. Hãy chọn từ thích hợp điền vào ( ).

1. 가 : 시험 끝나고 뭐 했어요?
나 : 시험이 ( ) 친구를 만나러 갔어요.

① 끝나고 나서 ② 끝날 때 ③ 끝났지만 ④ 끝나기 전에

2. 가 : 어제 도서관에서 책을 읽고 다음에 뭐 했어요?
나 : 책을 (   ) 커피를 마시러 갔어요.

① 읽었고　② 읽었는데　③ 읽었거나　④ 읽고 나서

3. 가 : 졸업한 후에 뭐 하고 싶어요?
나 : (   ) 한국에 있는 회사에 취직할 거예요.

① 졸업하기 전에　② 졸업하고 나서　③ 졸업하려면　④ 졸업하니까

4. 가 : 지난 주에 뭐 했어요?
나 : 집을 (   ) 공부하러 도서관에 갔어요.

① 청소하고 나서　② 청소하려고　③ 청소해서　④ 청소하니까

답(Đáp án) 문항	1	2	3	4
답-Đáp	①	④	②	①

26 N + 께/N + 께서/N + 께서는(Danh từ + 께/Danh từ + 께서/Danh từ + 께서는)

Là biểu hiện tôn kính của trợ từ chủ ngữ.

Cách dùng

Các trợ từ	높임 Tôn kính	예 – Ví dụ	
-이/가	께서	아버지가 옵니다. Bố đến.	부모님께서 오십니다. Bố mẹ đến.
-은/는	께서는	아버지는 한국사람입니다. Bố là người Hàn quốc.	부모님께서는 한국사람이십니다. Bố mẹ là người Hàn quốc.
-에게/한테	께	아버지에게 꽃을 줍니다. Mua hoa cho bố.	부모님께 꽃을 드립니다. Mua hoa tặng bố mẹ.
-에게서/한테서	께	아버지에게서 선물을 받습니다. Nhận quà từ bố.	부모님께 선물을 받습니다. Nhận quà từ bố mẹ.

연습문제(Bài tập luyện tập)

( ) 안에 알맞은 것을 고르십시오. Hãy chọn từ thích hợp điền vào ( ).

1. 선생님, 잠깐문요. 선생님( ) 질문이 있어요.

① 에　　② 께　　③ 에서　　④ 께서

2. 어제 서울에 가서 아버지(　　) 드릴 선물을 샀습니다.

① 를　　② 께서　　③ 에　　④ 께

3. 지난주에 부모님(　　) 저에게 과일 한 상자를 보내 주셨어요.

① 께서　　② 한테　　③ 을　　④ 께

4. 대학교를 졸업할 때 할머니(　　) 시계를 받았어요.

① 에서　　② 께서　　③ 가　　④ 께

5. 오늘은 다니엘의 생일입니다. 다니엘은 친구(　　) 선물로 책을 받았습니다.

① 한테서　　② 께서　　③ 께　　④ 가

6. 김 선생님(　　) 학생들한테 숙제를 많이 주셨어요.

① 에서　　② 이　　③ 께　　④ 께서

답(Đáp án)	문항	1	2	3	4	5	6
	답-Đáp	②	④	①	④	①	④

27 N + –에게/한테(cho/từ + Danh từ)

Khi diễn ra hành động cho và nhận thì đây là trợ từ chỉ đối tượng của hành động.

예 친구에게 편지를 받았어요.
Đã nhận thư từ người bạn.
우리 집 강아지한테 먹을 것을 줘야 해요.
Phải cho con cún nhà tôi ăn.

주의 – Chú ý

–께	Trường hợp đối tượng của hành động là người lớn.	부모님께 선물하려고 지갑을 샀어요. Đã mua ví để tặng cho bố mẹ.
–에	Khi đối tượng của hành động không phải là người hoặc động vật	병에 물을 부었어요. Đã đổ nước vào bình.

연습문제(Bài tập luyện tập)

( ) 안에 알맞은 것을 고르십시오. Hãy chọn từ thích hợp điền vào ( ).

1. 가 : 지금 뭐하세요?
나 : 네, 군대간 남동생( ) 편지를 써요.
① 에게 ② 께 ③ 을 ④ 에

2. 가 : 뭘 사세요?

나 : 기러기( ) 주려고 과자를 좀 사고 있어요.

① 하고 ② 께 ③ 한테 ④ 에

3. 가 : 어디에 가요?

나 : 택배 보내려고 우체국에 가요. 부모님( ) 선물을 보내려고요.

① 에 ② 께 ③ 에서 ④ 께서

4. 가 : 뭐 하고 있어요?

나 : 우리 집 화단에 있는 꽃( ) 물을 주고 있어요.

① 한테 ② 에서 ③ 에 ④ 한테서

5. 가 : 이게 다 뭐예요?

나 : 부모님( ) 아이들( ) 줄 크리스마스 선물이에요.

① 께, 에게 ② 과, 한테 ③ 을, 이 ④ 께서, 에게서

6. 꽃( ) 물을 주고 있어요.

① 에서 ② 이 ③ 에 ④ 을

답(Đáp án)	문항	1	2	3	4	5	6
	답-Đáp	①	③	②	③	②	③

28 N + –에게서 / 한테서(từ + Danh từ)

Sử dụng khi đối tượng của hành động được nhận cái gì đó hoặc bị tác động điều gì đó thành chủ ngữ thì trợ này giúp cho biết chủ thể của hành động cho và tác động đến chủ ngữ.

Cũng được viết tắt thành '–**에게/한테**'. Và '–**께**' là trợ từ chỉ sự tôn kính.

예 선생님에게(서) 칭찬을 들었어요.
Đã nghe lời khen từ thầy. (được thầy khen)
누나한테(서) 돈을 빌렸어요.
Đã mượn tiền từ chị. (mượn tiền của chị)
부모님께 용돈을 받았어요.
Đã nhận tiền xài vặt từ bố mẹ. (bố mẹ cho tiền xài vặt)

Cách dùng

N1 이/가 N2 에게/한테 N3 을/를 주다	N2 이/가 N1 에게(서)/한테(서) N3 을/를 받다
언니가 동생에게 선물을 주었어요. 언니가 동생한테 선물을 주었어요. Chị đã cho quà em.	동생이 언니에게(서) 선물을 받았어요. 동생이 언니한테(서) 선물을 받았어요. Em đã nhận quà từ/của chị.
영희가 부모님에게 편지를 보냈어요. 영희가 부모님께 편지를 보냈어요. Yang Hye đã gửi thư cho bố.	부모님께서 영희에게(서) 편지를 받으셨어요. 부모님께서 영희한테(서) 편지를 받으셨어요. Bố mẹ đã nhận được thư từ/của Yang Hye.

N1 이/가 N2 에게/한테 N3 을/를 주다	N2 이/가 N1 에게(서)/한테(서) N3 을/를 받다
부모님께서 영수에게 전화를 하셨어요. 부모님께서 영수에게 전화를 하셨어요. Bố mẹ đã gọi điện cho Young Su.	영수가 부모님에게(서) 전화를 받았어요. 영수가 부모님한테(서) 전화를 받았어요. 영수가 부모님께 전화를 받았어요. Young Su đã nhận được điện thoại từ/của bố mẹ.

연습문제(Bài tập luyện tập)

(　　) 안에 알맞은 것을 고르십시오. Hãy chọn từ thích hợp điền vào (　　).

1. 어제 남자친구(　　) 편지를 썼어요.

① 를　　② 에　　③ 에게　　④ 에서

2. 환희씨가 동생(　　) 선물을 줘어요.

① 로　　② 에　　③ 한테　　④ 보다

3. 가 : 그거 뭐예요? 선물 받았어요?
나 : 어머니(　　) 겨울이불이 왔어요. 추워서 어머니(　　) 부탁했거든요.

① 에게, 를　　② 께, 에게서　　③ 한테서, 께　　④ 에서, 에게

4. 가 : 미경 씨가 지금 누구(　　) 전화했어요?
나: 글쎄요. 잘 모르겠어요.

① 도　　② 가　　③ 를　　④ 한테

5. 친구(　　) 너무 비싼 선물을 받았어요. 그래서 친구한테 고맙다고 문자를 보냈어요.

① 를　　② 가　　③ 한테서　　④ 께

답(Đáp án)

문항	1	2	3	4	5
답-Đáp	③	③	③	④	③

29 N + -에서 N + -까지 (từ + Danh từ + đến + Danh từ)

① Cho thấy địa điểm xuất phát và địa điểm đến

예 서울에서 광주까지 기차로 갔습니다.
Đã đi bằng xe lửa từ Seoul đến KwangJu.

집에서 학교까지 걸어서 10분 걸립니다.
Mất 10 phút đi bộ từ nhà đến trường.

② Cho thấy thời gian bắt đầu và thời gian kết thúc.

예 12시에서 1시까지 점심시간입니다.
Thời gian nghỉ trưa từ 12 đến 1 giờ.

주의 – Chú ý

Cũng có thể dùng '**-부터 -까지**' sử dụng thay cho '**-에서 -까지**'
Dùng '**-에서 -까지**' cho địa điểm và '**-부터 -까지**' cho thời gian.

-부터 -까지	-에서 -까지
12시부터 1시까지 점심시간입니다. 12시부터 점심시간입니다. 1시까지 점심시간입니다.	12시에서 1시까지 점심시간입니다. 12시에서 점심시간입니다.(X)
아침부터 저녁까지 일합니다. 이번 달부터 다음 달까지 방학입니다.	아침에서 저녁까지 일합니다.(X) 이번 달에서 다음 달까지 방학입니다.(X)

연습문제(Bài tập luyện tập)

(　　) 안에 알맞은 것을 고르십시오. Hãy chọn từ thích hợp điền vào (　　).

1. 집(　) 회사까지 자동차로 30분이 걸려요.

① 에　　② 에서　　③ 을　　④ 으로

2. 부산(　) 영산대(　) 가려면 버스를 두 번 갈아타야 합니다.

① 에, 로　　② 에서, 로　　③ 으로, 까지　　④ 에서, 까지

3. 월요일(　) 금요일(　) 일을 합니다.

① 부터, 까지　　② 에서, 로　　③ 으로, 까지　　④ 에, 로

다음을 읽고 질문에 답하십시오. Hãy đọc đoạn văn sau và trả lời câu hỏi

가 : 제가 이번 목요일에 이사해요. 좀 도와주실래요?

나 : 네, 그런데 왜 이사하세요?

가 : 지금 사는 집은 회사(　) 너무 멀어서요.

4. (　　)에 알맞은 것을 고르십시오.

① 에　　② 로　　③ 에서　　④ 한테서

5. 어제 숙제를 저녁 9시(　) 다 했어요. 그리고 9시 5분에 잤어요.

① 부터　　② 까지　　③ 에서　　④ 를

답(Đáp án)

문항	1	2	3	4	5
답-Đáp	②	④	①	③	②

30 N –부터(từ + Danh từ)

① Cho biết thời gian bắt đầu của một trạng thái hay hành động nào đó.

예 다음 달부터 한국어 공부할 거예요.
Từ tháng sau sẽ học tiếng Hàn.

② Cho biết việc cần làm trước tiên trong các hành động nào đó. (= **먼저, 우선**)

예 손부터 씻고 음식을 먹어요.
Rửa tay trước và ăn thức ăn.

연습문제(Bài tập luyện tập)

( ) 안에 알맞은 것을 고르십시오. Hãy chọn từ thích hợp điền vào ( ).

1. 월요일( ) 토요일까지 회사에서 일을 합니다.

① 과 ② 부터 ③ 에 ④ 한테

2. 어제 아침 여섯 시( ) 아홉 시까지 야구를 했습니다.

① 부터 ② 보다 ③ 에만 ④ 하고

다음을 읽고 질문에 답하십시오. Hãy đọc đoạn văn sau và trả lời câu hỏi

희철 : 수미 씨, 어제 학교에 왜 안 왔어요?

수미 : 갈 수 없었어요.

희철 : 왜요?

수미 : 어제 오전 (　　) 배가 많이 아파서 집에 있었어요.
어제 아이스크림을 많이 먹어서 그런 것 같아요.

희철 : 그래요? 지금은 괜찮아요?

수미 : 조금 좋아졌어요.

희철 : 수미 씨 주려고 시원한 사이다를 샀는데, 먹을 수 없지요?

수미 : 네, 아직은 안 돼요.

3. (　　)에 맞는 것을 고르십시오.

① 에서　　② 부터　　③ 로　　④ 가

4. A : 저녁 식사를 같이 하고 영화를 봅시다. 지금 배고파요?
B : 네, 배고파요. 밥(　　) 먹은 다음에 영화를 봅시다.

① 부터　　② 까지　　③ 만　　④ 도

답(Đáp án)

문항	1	2	3	4
답-Đáp	②	①	②	①

31 N + –만(Danh từ + 만)

Loại trừ tất cả và chỉ lựa chọn duy chỉ một. (←→도)

예 왜 너만 게임을 하나?

Tại sao chỉ có mình cậu chơi game?

연습문제(Bài tập luyện tập)

( ) 안에 알맞은 것을 고르십시오. Hãy chọn từ thích hợp điền vào ( ).

1. 가 : 주민등록번호를 적어야 합니까?

나 : 아니요, 주민등록번호( ) 적지 말고 전화 번호( ) 적으세요.

① 를, 가 ② 에, 를 ③ 에서, 는 ④ 는, 만

2. 외국어를 공부할 때 말하기( ) 연습하면 안돼요.

① 를 ② 만 ③ 는 ④ 도

3. 가 : 여행 갈 준비 다 했어요?

나 : 네, 이것( ) 준비하면 돼요.

① 을 ② 도 ③ 만 ④ 이

4. A : 오늘 저녁에 불고기하고 김밥을 먹읍시다.

B : 저는 김밥을 안 좋아해요. 불고기(　　) 먹을 거예요.

① 가　　② 만　　③ 도　　④ 부터

답(Đáp án)

문항	1	2	3	4
답-Đáp	④	②	③	②

32 V, A + -지만 (Nhưng + <tính từ/động từ>)

Dùng để nối hai câu có ý nghĩa đối lập.

예 일이 힘들지만 재미있습니다.
Công việc thì mệt thì thú vị.

열심히 공부했지만 시험을 잘 못 쳤어요.
Đã chăm chỉ học nhưng không thể làm bài tốt.

연습문제(Bài tập luyện tập)

(　　) 안에 알맞은 것을 고르십시오. Hãy chọn từ thích hợp điền vào (　　).

1. 가 : 그 구두를 살 거예요?
나 : 아니요, 이 구두는 (　　) 조금 작아요.

① 예뻐서　② 예쁘고　③ 예쁘지만　④ 예쁘니까

2. 가 : 스키 타는 거 재미있어요?
나 : (　　) 좀 어려워요.

① 재미있어서　② 재미있으면　③ 재미있어야　④ 재미있지만

3. 가 : 축구를 잘해요?

나 : 보는 것은 (　　　) 잘하지 못해요.

① 좋아해서　　② 좋아하면　　③ 좋아하지만　　④ 좋아하니까

밑줄 친 말과 바꿀 수 있는 것을 고르십시오.

4. 어제 많이 잤는데 또 자고 싶습니다.

① 자서　　② 자도　　③ 잤고　　④ 잤지만

5. 틀린 것을 찾아서 고치십시오.

요즘은 ① 날씨가 이상합니다. ② 어제까지는 ③ 따뜻하면 오늘은 아주 ④ 춥습니다.

⇨ (　　　)

6. 가 : 한국어 공부가 어때요?

나 : (　　　　) 어려워요.

① 쉽지만　　② 쉬워서　　③ 재밌어서　　④ 재밌지만

답(Đáp án)

문항	1	2	3	4	5	6
답-Đáp	③	④	③	④	③ 따뜻했지만	④

33 N + –보다(So với <danh từ>)

Danh từ đứng trước **보다** trong câu tiếng hàn trở thành đối tượng bị/được so sánh.

예 작년보다 올해가 더 춥습니다.
Năm nay lạnh hơn so với năm ngoái.

주의 – Chú ý

A가 B보다 한국어를 잘한다. A giỏi tiếng Hàn hơn B.	A > B
A가 B만큼 한국어를 잘한다. A giỏi tiếng Hàn bằng B.	A = B

연습문제(Bài tập luyện tập)

(　　) 안에 알맞은 것을 고르십시오. Hãy chọn từ thích hợp điền vào (　　).

1. 지금은 출근 시간이어서 자가용(　　) 지하철이 빠를 거예요.

① 에　② 로　③ 보다　④ 부터

2. 미영씨가 미선씨(　　) 그림을 잘 그려요.

① 보다　② 부터　③ 밖에　④ 한테

3. 말하기가 듣기(　　　) 어려워요.

① 에　　　　② 로　　　　③ 보다　　　　④ 부터

답(Đáp án)

문항	1	2	3
답-Đáp	④	①	③

34 V + –(으)면(Nếu + <động từ>)

① Chỉ điều kiện (tình huống thông thường, mang tính lập đi lập lại)

예 시간이 없으면 다음에 만나요.
Nếu không có thời gian thì lần sau gặp

봄이 되면 꽃이 핍니다.
Nếu mùa xuân đến thì hoa nở.

② Phỏng đoán (những việc không chắc chắn, sự việc chưa thực hiện được)

예 오늘 지구에 종말이 오면 사랑하는 사람에게 고백하겠어요.
Nếu hôm nay ngày tận thế đến thì sẽ nói lời ngỏ lời đến người yêu thương.

내일 비가 오면 소풍을 가지 않습니다.
Nếu trời mưa thì sẽ không đi dã ngoại.

③ Hy vọng, đề nghị nhẹ nhàng, mong đợi, dùng cấu trúc (–(으)면 **좋겠다**).

예 방학 때 여행 가면 좋겠어요. (희망)
Vào kỳ nghỉ, ước gì được đi du lịch thì thích nhỉ. (hy vọng)

조용히 해 주시면 좋겠습니다. (요청)
Vui lòng yên lặng cho. (đề nghị)

④ Giả định tình huống ngược lại với sự thật trong hiện tại hoặc quá khứ, dùng cấu trúc (–(으)**면 좋았을 텐데**).

예 운전을 배웠으면 좋았을 텐데.
Phải chi mình đã học lái xe thì hay biết mấy.

주의 – Chú ý

조건 Điều kiện	'만약, 만일' 등과 같이 쓸 수 없음. Không thể dùng chung với các từ '만약, 만일'	만약 봄이 되면 꽃이 핍니다.(X)
가정 Giả định	'만약, 만일' 등과 같이 쓸 수 있음. Có thể thể dùng chung với các từ '만약, 만일'	만약 여름에 눈이 오면 어떻게 해요?(O) Nếu mùa thu mà tuyết rơi thì thế nào nhỉ?

	조건 – Điều kiện	가정 – Giả định			희망 – Hy vọng
		과거 – QK	현재 – HT	미래 – TL	
-(으) 면	O	O 갔으면	O 가면	O 가면	O
	조건	가정 과거	현재	미래	희망
-다면	X	O 갔다면	O 간다면	O 간다면	O
-았/었더라면	X	O 갔더라면	O 갔더라면	X	X

희망 Hy vọng	Không thể dùng '아/어 주세요' để thay thế cho mẫu này.	방학 때 여행을 가면 좋겠어요. (≠ 방학 때 여행을 가 주세요.)
요청 Đề nghị	Có thể dùng '아/어 주세요' để thay thế cho mẫu này.	조용히 해 주시면 좋겠어요. (= 조용히 해 주세요.)

연습문제(Bài tập luyện tập)

(　　) 안에 알맞은 것을 고르십시오. Hãy chọn từ thích hợp điền vào (　　).

1. 가 : 지금 눈이 오는데 운전할 거예요?

나 : 눈이 많이 (　　) 운전할 수 없지요.

① 오면　　② 오고　　③ 오면서　　④ 오려

2. 가 : 11번 버스를 ( ) 시청에 갈 수 있습니까?
나 : 네, 아마 시청까지 20분쯤 걸릴 겁니다.

① 타면 ② 탈 때 ③ 타면서 ④ 타지만

3. 가 : 감기에 걸려서 머리가 아프고 콧물도 나요.
나 : 과일을 많이 드세요. 감기 걸렸을 때 과일을 많이 ( ).

① 먹을까 해요 ② 먹으면 좋아요
③ 먹기로 했어요 ④ 먹을 수 있어요

( ) 안에 맞지 않는 것을 고르십시오.

4. 가 : 왜 병원에 갔어요?
나 : 아픈 친구를 ( ) 병원에 갔어요.

① 만나러 ② 만나려고 ③ 만나고 싶어서 ④ 만나면

다음을 읽고 질문에 답하십시오. Hãy đọc đoạn văn sau và trả lời câu hỏi

명수 씨에게
할 말이 있어서 왔는데 자리에 없네요. 내일 등산 가려고 한 약속 때문에 왔습니다. 내일 비가 올 거라는 일기 예보를 들었는데, 정말로 (비가 오다) 다음에 갑시다. 저녁에 다시 전화 드리겠습니다.

5. ( )를 알맞게 고쳐 쓰십시오. ⇨ ( )

다음을 읽고 질문에 답하십시오. Hãy đọc đoạn văn sau và trả lời câu hỏi

가 : 진영 씨는 부모님과 같이 살아요?

나 : 아니요, 부모님은 광주에 계세요.

가 : 그래요? 부모님이 보고 싶겠어요.

나 : 네, 빨리 부모님이 서울로 (　　　).

6. (　　　)에 알맞은 것을 고르십시오.

① 오셔도 돼요　　② 오시기로 해요

③ 오시면 좋겠어요　　④ 오시는 것 같아요

7. A : 내일 소풍을 가요?

B : 비가 (　　　) 못 가요.

① 왔어　　② 가면　　③ 께　　④ 오면

답(Đáp án)	문항	1	2	3	4	5	6	7
	답-Đáp	①	①	②	②	비가 오면	③	④

35 V + -(으)ㄹ 수 있다/없다 (có thể/không thể + <đt/tt>)

① Năng lực

예 나는 수영을 할 수 있어요.
Tôi có thể bơi.

② Khả năng

예 내일 바빠서 친구를 만날 수 없어요.
Vì ngày mai bận nên không thể gặp người bạn.

Cách dùng

능력 - Năng lực	V+-(으)ㄹ 수 있다/없다
가능성 - Khả năng	V, A+-(으)ㄹ 수 있다/없다, N+ 일 수 있다/없다
금지 - Cấm	V, A+-(으)ㄹ 수 없다

주의 - Chú ý

	-(으)ㄹ 수 있다/없다	-(으)ㄹ 줄 알다/.모르다
능력 - Năng lực	한국 음식을 만들 수 있어요. Có thể nấu món ăn Hàn Quốc.	한국 음식을 만들 줄 알아요. Biết cách nấu món ăn Hàn Quốc.

	-(으)ㄹ 수 있다/없다	-(으)ㄹ 줄 알다/.모르다
가능성 – Khả năng	몇 시까지 만들 수 있어요? Có thể làm đến mấy giờ?	X
사실, 상태 – Tình trạng, sự thật	X	식당이 일찍 문을 닫을 줄 몰랐어요. Không biết là nhà hang đóng cửa sớm.

연습문제(Bài tập luyện tập)

(　　) 안에 알맞은 것을 고르십시오. Hãy chọn từ thích hợp điền vào (　　).

1. 가 : 오늘 오후에 만날까요?

나 : 미안해요. 오늘은 (　　　) 너무 바빠요.

① 만나 보세요　　② 만나려고 해요

③ 만나고 싶어요　　④ 만날 수 없어요

2. 가 : 민수 씨, 한국 신문 (　　　)?

나 : 아니요, 단어가 어려워서 못 읽어요.

① 못 읽어요　　② 읽어 주세요

③ 읽어 보세요　　④ 읽을 수 있어요

밑줄 친 것과 같은 것을 고르십시오.

3. 여기서는 큰 소리로 <u>얘기해도 돼요.</u>

① 얘기합시다　　② 얘기할 수 있어요

③ 얘기할까요?　　④ 얘기하시겠습니까?

다음을 읽고 질문에 답하십시오. Hãy đọc đoạn văn sau và trả lời câu hỏi

가 : 이것을 베트남으로 보내고 싶은데요.
나 : 비행기로 보내시겠습니까?
가 : 비행기로 보내면 베트남에서 언제 받을 수 있을까요?
나 : 다음 주 목요일쯤에는 (받다) 것 같습니다.

4. (　　)를 알맞게 고쳐 쓰십시오. ⇨ (　　　　)

다음을 읽고 질문에 답하십시오. Hãy đọc đoạn văn sau và trả lời câu hỏi

가 : 오늘 저하고 볼링을 (　　) 수 있어요?
나 : 미안해요. 오늘은 시간이 없어서 못 치겠어요.
가 : 그럼 언제 시간이 있어요?
나 : 내일은 시간이 있어요.

5. (　　)에 알맞은 것을 고르십시오.

① 쳐　　② 칠　　③ 치고　　④ 치는

답(Đáp án)

문항	1	2	3	4	5
답-Đáp	④	④	②	받을 수 있을	②

36 V + -는데/(으)ㄴ 데 (nhưng/nhưng mà/nên + <đt/tt/dt>)

① Sử dụng khi bắt đầu câu chuyện, khi muốn chuyển đổi chủ đề một cách nhẹ nhàng.

예 오늘 내 생일인데 우리 집에 놀러 와.
Hôm nay là sinh viên của tôi nên đến nhà tôi chơi.

날씨가 좋은데 놀러 갈까요?
Hôm nay thời tiết đẹp nên đi chơi nhé?

② Dùng để so sánh nội dung của vế trước và vế sau, có thể đổi vị trí của hai vế.

예 키는 큰데 발은 작아요(발은 작은데 키는 커요).
Người cao mà chân bé. (Chân bé nhưng người cao)

노래는 잘하는데 춤을 못 춰요(춤은 못 추는데 노래는 잘 해요).
Hát hay nhưng múa không giỏi. (Múa không giỏi nhưng hát hay)

③ Sử dụng khi đối chiếu kết quả của vế sau ngược lại sự mong đợi của vế trước, không thể đổi vị trí của hai vế.

예 열심히 운동하는데 살이 안 빠져요.
Tập thể dục chăm chỉ mà không giảm được cân.

시간이 많았는데 아무 것도 못 했어요.
Đã có nhiều thời gian mà không thể làm được gì.

Cách dùng

	과거 - Quá khứ	현재 - Hiện tại
V	-았/었/였는데	-는데
A	-았/었/였는데	-(으)ㄴ 데
N	-이었/였는데	-(이)ㄴ 데

주의 - Chú ý

-(으)ㄴ 데	날씨가 좋은데 산에 갈까요? Thời tiết tốt nên leo núi nhé?	Giải thích tình huống.
-(으)니까	날씨가 좋으니까 산에 갈까요? Vì thời tiết đẹp nên leo núi nhé?	Nói lý do rủ đối phương leo núi.

비교 - So sánh	대조 - Đối chiếu
Có thể đổi vị trí hai vế.	Không thể đổi vị trí hai vế.
키는 큰데 발은 작아요. =발은 큰데 키는 작아요.	열심히 운동하는데 살이 안 빠져요. ≠살은 안 빠지는데 열심히 운동을 해요.

'-(으)ㄴ/는데요' khi dùng ở cuối câu.

① Sử dụng để biểu hiện ý nghĩa ngạc nhiên hay ngoài dự đoán sau khi biết được sự thật.

예 정말 맛있는데요.
Thật là ngon.

갑자기 비가 오는데요.
Đột nhiên trời lại mưa.

② Sử dụng trong câu hỏi với những từ để hỏi.

예 어디 가는데요?

어디 가요? Đi đấy?

뭐 사는데요?

뭐 사요? Mua gì đó?

③ **상황 전달**. Truyền đạt tình huống.

예 가 : 바쁘세요?

Bận ạ?

나 : 아니요, 안 바쁜데요.

Không, không bận mà.

연습문제(Bài tập luyện tập)

(　　) 안에 알맞은 것을 고르십시오. Hãy chọn từ thích hợp điền vào (　　).

1. 가 : 이 식당 음식이 맛있어요?

나 : 네, 어제 여기서 김치찌개를 (　　) 맛있었어요.

① 먹어서　② 먹었는데　③ 먹었으면　④ 먹기 때문에

2. 가 : 지난주에 드라마를 봤어요?

나 : 네, 지난주에 (　　) 재미있었어요.

① 봤으면　② 봤지만　③ 봤는데　④ 봤으면서

3. 가 : 모임 시간을 아시지요?

나 : 네, 모임 시간을 (　　　) 학교 게시판을 보고 알았어요.

① 모르고　　② 모르려고　　③ 몰랐으면　　④ 몰랐는데

4. 가 : 이 지갑은 어때요?

나 : (　　　) 너무 비싸요.

① 예뻐야　　② 예쁜데　　③ 예쁘거나　　④ 예쁘기로

답(Đáp án)

문항	1	2	3	4
답-Đáp	②	③	④	②

37 V + -기로 하다(quyết định/hẹn + <đt>)

Quyết định, quyết tâm hoặc hứa làm gì đó,

예 우리는 내일 떠나기로 했다.
Chúng tôi định ngày mai rời khỏi.

주의 – Chú ý

Động từ phía trước không thể dùng với '-았/었-'

예 우리는 지하철을 타기로 했다. (O)
우리는 지하철을 탔기로 했다. (X)
Chúng tôi đã định đi tàu điện.

Có thể dùng các động từ như '**결심하다, 약속하다**' thay cho từ '**-하다**' trong cụm cấu trúc '**-기로 하다**'.

예 우리는 내일 떠나기로 했다. = 우리는 내일 떠나기로 결정했다.
Chúng tôi đã quyết định rời khỏi ngày mai.
내일 다시 만나기로 하자. = 내일 다시 만나기로 약속하자.
Hẹn gặp lại ngày mai.
제가 직접 만나기로 했어요. = 제가 직접 만나기로 결심했어요.
Tôi đã quyết gặp mặt trực tiếp.

연습문제(Bài tập luyện tập)

(　　) 안에 알맞은 것을 고르십시오. Hãy chọn từ thích hợp điền vào (　　).

1. 다음주부터 술을 (　　) 했어요.

① 끊게　　② 끊기로　　③ 끊은 줄　　④ 끊는 것을

밑줄 친 부분과 같은 것을 고르십시오.

2. 남편과 등산을 가기로 했어요.

① 등산을 갔어요　　② 등산 약속을 했어요
③ 등산을 간 적이 있어요　　④ 등산 약속을 지켰어요

다음을 읽고 질문에 답하십시오. Hãy đọc đoạn văn sau và trả lời câu hỏi

저는 오늘 이사를 했습니다. 친구가 (　　) 오지 않았습니다. 혼자 일을 하고 있을 때 친구가 왔습니다. 친구가 도와주어서 이사가 일찍 끝났습니다. 정말 고마웠습니다. 그래서 이사를 마치고 자장면과 탕수육을 사주었습니다.

3. (　　)에 알맞은 것을 고르십시오.

① 와줬는데　　② 오고 있는데　　③ 온 것 같은데　　④ 오기로 했는데

답(Đáp án)

문항	1	2	3
답-Đáp	②	②	④

38 V + –아/어 주다(cho + <động từ>)

Bày tỏ ý nghĩa 'làm việc gì đó cho người khác'

Trong trường hợp làm việc gì đó cho người lớn tuổi thì dùng '**–아/어 드리다**'.

예 친구에게 책을 빌려 줍니다.
Đã cho bạn mượn sách.

부모님께 맛있는 음식을 만들어 드려요.
Đã nấu món ăn ngon cho bố mẹ.

Khi nhờ vả người khác làm việc gì đó thì dùng biểu hiện '**–아/어 주세요**'.

Dùng '**–아/어 주십시오**', '**–아/어 주시겠어요?**'
để biểu hiện ý nghĩa mang tính ra lệnh trịnh trọng.

Cũng có thể dùng '**좀**' trong câu.

예 극장에서는 조용히 해 주세요
Xin hãy giữ yên lặng trong rạp hát.

핸드폰을 꺼 주십시오.
Xin hãy tắt điện thoại di động cho.

문을 닫아 주시겠어요?
Xin hãy đóng cửa lại cho.

볼펜 좀 빌려 주세요.
Vui lòng cho mượn bút bi.

주의 – Chú ý

친구나 아랫사람에게 – Đối với bạn hoặc người nhỏ tuổi hơn.	-아/어 주다	내가 친구에게 책을 빌려 줍니다. Tôi đã cho bạn mượn sách.
윗사람에게 – Đối với người lớn tuổi	-아/어 드리다	내가 할머니께 책을 빌려 드립니다. Tôi đã cho bà mượn sách.
윗사람이 나에게 – Người lớn đối với tôi.	-아/어 주시다	할머니께서 나에게 책을 빌려 주십니다. Bà cho tôi mượn sách.

연습문제(Bài tập luyện tập)

(　　) 안에 알맞은 것을 고르십시오. Hãy chọn từ thích hợp điền vào (　　).

1. 가 : 민호 씨, 전화가 왔는데 지금 받을 수 있어요?
나 : 네, (　　　　)

① 바꿔 주세요　② 바꾸고 싶어요　③ 바꾸려고 해요　④ 바꾸면 돼요

밑줄 친 말과 바꿀 수 있는 것을 고르십시오.

2. 가 : 여기에 이름을 <u>써 주세요.</u>
나 : 네, 알겠습니다.

① 쓰세요　② 씁시다　③ 씁니다　④ 쓰고 있어요

다음을 읽고 질문에 답하십시오. Hãy đọc đoạn văn sau và trả lời câu hỏi

제주도에 오십시오. 한 번 오신 분은 누구나 다시 오고 싶은 아름다운 곳입니다. 사람들도 친절하고 구경할 곳도 많은 한국 제일의 관광지, 제주도를 (　　) 주세요.

3. 다음 글의 (　　) 안에 맞는 것을 고르십시오.

① 찾으면　　② 찾아　　③ 찾는데　　④ 찾아서

다음을 읽고 질문에 답하십시오. Hãy đọc đoạn văn sau và trả lời câu hỏi

가 : 찬우 씨, 테니스를 잘 쳐요?
나 : 조금요. 어렸을 때부터 배웠어요.
가 : 그래요? 시간이 있으면 좀 (　　).
나 : 네, 좋아요. 주말에 가르쳐 줄게요.

4. 다음 글의 (　　) 안에 맞는 것을 고르십시오.

① 가르쳐 주세요　　② 가르쳐야 해요
③ 가르칠까 해요　　④ 가르치고 싶어요

답(Đáp án)

문항	1	2	3	4
답-Đáp	①	①	②	①

39 V/A + –거나 (hay là/hoặc là + <động từ>)

① Bày tỏ ý nghĩa lựa chọn một điiều nào đó giữa điều ở vế trước hay ở vế sau.

예 저는 일요일에 혼자 음악을 듣거나 영화를 봅니다.
Chủ nhật, tôi nghe nhạc một mình hoặc là xem phim.

② 대립되는 둘 이상의 경우 모두를 선택함.
Trong trường hợp hai điều được nhắc đến trong câu đối lập thì cũng lựa chọn.

예 비싸거나 싸거나 이 물건을 살 거예요.
Mắc hay là rẻ thì cũng sẽ mua món hàng này.

③ Đi với các từ '무엇, 어디, 누구, 언제, 어떻게'
bày tỏ dù thế nào cũng không quan tâm hay liên quan.

예 언니가 누구를 만나거나 걱정하지 마세요.
Chị gặp ai thì cũng xin đừng lo lắng.

주의 – Chú ý

Không sử dụng với từ thể hiện ý tương lai '겠' với động từ đứng trước –거나

예 내일은 친구를 만나겠거나 극장에서 영화를 볼 거예요.(X)
내일은 친구를 만나거나 극장에서 영화를 볼 거예요.(O)
Ngày mai sẽ gặp bạn hay là xem phim ở rạp.

Có thể dùng 'V/A + **-든지**' để thay thế.

V/A+-거나	V/A+-든지
아프거나 힘들 때 가족이 보고 싶습니다.	아프든지 힘들 때 가족이 보고 싶습니다.
비싸거나 싸거나 이 물건을 살 거예요.	비싸든지 싸든지 이 물건을 살 거예요.
언니가 누구를 만나거나 걱정하지 마세요.	언니가 누구를 만나든지 걱정하지 마세요.

연습문제(Bài tập luyện tập)

( ) 안에 알맞은 것을 고르십시오. Hãy chọn từ thích hợp điền vào ( ).

1. 가 : 주말에 보통 무엇을 해요?
나 : 책을 ( ) 영화를 봐요.

① 읽으러 ② 읽거나 ③ 읽기로 ④ 읽는데

2. 가 : 모르는 단어가 있을 때 어떻게 해요?
나 : 사전을 ( ) 선생님에게 물어봐요.

① 찾아야 ② 찾기로 ③ 찾는데 ④ 찾거나

3. 가 : 밤에 잠이 안 올 때 어떻게 하면 좋을까요?
나 : 따뜻한 우유를 ( ) 따듯한 물로 간단히 샤워를 해 보세요.

① 마시거나 ② 마셔서 ③ 마시러 ④ 마시는데

4. 가 : 방학에는 주로 뭐 하세요?
나 : 고향에 가서 부모님을 ( ) 가족들과 여행을 해요.

① 만나지만 ② 만나는데 ③ 만나거나 ④ 만나기로

답(Đáp án)	문항	1	2	3	4
	답-Đáp	②	④	①	③

40 A + -아/어 하다

Dùng cho những tính từ biểu hiện tình cảm hay là cảm xúc, có ý nghĩa bày tỏ cảm giác hay tình cảm.

예 가 : 요즘 과제가 많아서 너무 힘들어요.
Vì bài tập nhiều nên rất mệt.

나 : 그렇지요? 과제 때문에 학생들이 모두 힘들어해요.
Đúng mà, phải không? Vì bài tập nên tất cả học sinh đều vất vả.

주의 – Chú ý

Chủ ngữ là ngôi thứ nhất thì có thể thay đổi mẫu câu '–**이/가 좋다, 싫다, 밉다**' thành mẫu câu '–**을/를 좋아하다, 싫어하다, 미워하다**'.

좋다, 싫다, 밉다	좋아하다, 싫어하다, 미워하다
나는 포도가 좋아요.	나는 포도를 좋아해요.
나는 매운 음식이 싫어요.	나는 매운 음식을 싫어해요.
나는 그 사람이 미워요.	나는 그 사람을 미워해요.

Ngôi thứ ba thì phải sử dụng '**-아/어하다**'.

1인칭	3인칭
저는 여름이 좋아요. 저는 여름을 좋아해요.	제 친구도 여름을 좋아해요.
그 일 때문에 슬펐어요.	다른 사람들도 슬퍼했어요.
회사에 일이 많아서 피곤해요.	회사 동료들도 피곤해해요.
고향에 가고 싶어요.	모두 고향에 가고 싶어 해요.

다음을 읽고 질문에 답하십시오. Hãy đọc đoạn văn sau và trả lời câu hỏi

제주도에 오십시오. 한 번 오신 분은 누구나 다시 오고 (　　) 아름다운 곳입니다. 사람들도 친절하고 구경할 곳도 많은 한국 제일의 관광지, 제주도로 오세요.

1. (　　　)에 맞는 것을 고르십시오.

① 싶는　　② 싶어 하니까　　③ 싶어서　　④ 싶어 하는

(　　) 안에 알맞은 것을 고르십시오. Hãy chọn từ thích hợp điền vào (　　).

2. 가 : 요즘 학생들이 시험이 많아서 힘든 것 같아요.
나 : 맞아요. 다음 주에 중간시험이 있어서 다들 (　　).

① 힘들어요　　② 힘들어 해요　　③ 힘든지요　　④ 힘들군요

3. 가 : 무슨 과일을 좋아하세요?
나 : 딸기를 (　　) 요즘 비싸서 잘 못 먹어요.

① 좋은데　　② 좋는데　　③ 좋아한데　　④ 좋아하는데

4. 가 : 고향에 못 간 지 오래 되었지요? 부모님이 보고 싶겠어요.
나 : 네, 저도 그렇지만 부모님께서 저를 너무 (   ).

① 보고 싶으세요
② 보고 싶어 하세요
③ 보고 싶으니까요
④ 보고 싶으신데요

답(Đáp án)	문항	1	2	3	4
	답-Đáp	④	②	④	②

41 V + –(으)니까(Vì + <động từ>)

① Nội dung vế trước là căn cứ của phán đoán cho nội dung phía sau

예 오늘은 피곤하니까 내일 이야기합시다.

Vì hôm nay mệt nên ngày mai hãy cùng nói chuyện.

② Thực hiện hành động ở vế trước, phát hiện sự việc ở vế sau

예 집에 가니까 택배가 와 있었어요.

Về nhà thì đã thấy hàng được được giao đến nơi.

Cách dùng

	과거 – quá khứ	현재 – Hiện tại	미래(추측) – Tương lai (đoán)
V	–았/었으니까	–(으)니까	–겠으니까
A			
N	–이었/였으니까	–(으)니까	–(이)겠으니까

주의 – Chú ý

–(으)니까	–아/어서	예
Phía sau '았/었, 겠' (O)	Phía sau '았/었, 겠' (X)	공부했으니까 합격했다. (O) 공부했어서 합격했다.(X)
Câu đề nghi, mệnh lệnh (O)	Câu đề nghi, mệnh lệnh (X)	배가 고프니까 빨리 먹자.(O) 배가 고파서 빨리 먹자.(X)
Những từ như 반갑다, 미안하다, 고맙다, 감사하다 (X)	Những từ như 반갑다, 미안하다, 고맙다, 감사하다 (O)	만나니까 반가워.(X) 만나서 반가워.(O)

이유 Lý do	Dùng chung với '았/었'.	어제 학교에 갔으니까 시험을 볼 수 있었지요.(O)
발견 Phát hiện	Không dùng chung với '았/었'	어제 학교에 갔으니까 공사 중이었어요.(X)

연습문제(Bài tập luyện tập)

밑줄 친 것을 알맞게 고치십시오.

1. 오늘 벌써 커피를 세 잔이나 마셔서 오렌지주스를 주세요. ⇨ (　　　　　)

(　　) 안에 알맞은 것을 고르십시오. Hãy chọn từ thích hợp điền vào (　　).

2. 가 : 우리 내일 운동합시다.
나 : 내일은 학교에 (　　) 주말에 해요.

① 가러　② 가면　③ 면서　④ 니까

3. 가 : 아기가 지금 (　　) 조용히 해주세요.
나 : 네, 알겠습니다.

① 자서　② 자니까　③ 려고　④ 면서

4. 가 : 이제 저는 가보겠습니다.
나 : 지금은 눈이 (　　) 조금 후에 가세요.

① 오고　② 와서　③ 와야　④ 오니까

답(Đáp án)

문항	1	2	3	4
답-Đáp	마셨으니까	④	②	②

42 V + –(으)러(để + <Động từ>)

Được dùng với động từ di chuyển, thể hiện mục đích của sự di chuyển.

예 공부하러 도서관에 가요.
Đi thư viện để học.

주의 – Chú ý

–(으)려고	Động từ thường
–(으)러	Động từ di chuyển (가다, 오다, 나가다, 나오다, 들어가다, 들어오다, 다니다 등)

연습문제(Bài tập luyện tập)

(　　) 안에 알맞은 것을 고르십시오. Hãy chọn từ thích hợp điền vào (　　).

1. 가 : 요즘 어떻게 지내요?
나 : 방학을 해서 운전을 (　　) 다녀요.

① 배우러　② 배우지만　③ 배우는데　④ 배우니까

2. 가 : 어디에 가요?
나 : 과자를 (　　) 가요.

① 사러　② 사고　③ 사서　④ 사지만

3. 가 : 왜 도서관에 가요?
나 : 책을 (　　) 가요.

① 빌리고　② 빌려서　③ 빌리러　④ 빌리지만

답(Đáp án)

문항	1	2	3
답-Đáp	①	①	③

43 V + –(으)려고(để + <Động từ>)

Thể hiện mục đích hoặc ý đồ của hành động

예 의사가 되려고 공부해요.
Học để trở thành bác sĩ.

연습문제(Bài tập luyện tập)

(　　) 안에 알맞은 것을 고르십시오. Hãy chọn từ thích hợp điền vào (　　).

1. 가 : 모자가 아주 예쁘네요.
나 : 동생에게 (　　) 샀어요.

① 주러　　② 주는데　　③ 주려고　　④ 주면서

2. 가 : 상민 씨, 요즘 공부 열심히 하는 것 같아요.
나 : 네, 졸업 후에 회사에 (　　) 열심히 공부하고 있어요.

① 취직하면　　② 취직할 때　　③ 취직하면서　　④ 취직하려고

3. 가 : 왜 향수를 샀어요?
나 : 여자 친구에게 선물 (　　) 샀어요.

① 하고　　② 하러　　③ 해서　　④ 하려고

밑줄 친 부분과 바꾸어 쓸 수 있는 것을 고르십시오.

4. 어린왕자 책을 <u>사러</u> 서점에 가요.

① 사고 ② 사서 ③ 사려고 ④ 사지만

다음을 읽고 질문에 답하십시오. Hãy đọc đoạn văn sau và trả lời câu hỏi

가 : 이번 방학에 프랑스로 여행을 (   ).
나 : 그래요? 비행기 표는 샀어요?
가 : 아니요, 아직 안 샀어요.
나 : 빨리 사는 게 좋을 거예요. 방학에는 놀러 가는 사람이 많아요.

5. (   )에 알맞은 것을 고르십시오.

① 가 줄게요 ② 가 보세요 ③ 가려고 해요 ④ 가지 마세요

답(Đáp án)

문항	1	2	3	4	5
답-Đáp	③	④	④	③	③

44 V + –(으)려고 하다(định + <Động từ>)

① Có khuynh hướng thực hiện hành vi hay sự việc nào đó.

예 이제 학교에 가려고 합니다.
Bây giờ định đi đến trường.

② Sẽ bắt đầu sự việc nào đó hoặc sẽ xảy ra việc gì đó.

예 눈이 오려고 해요.
Trời muốn đổ tuyết.

연습문제(Bài tập luyện tập)

(　　) 안에 알맞은 것을 고르십시오. Hãy chọn từ thích hợp điền vào (　　).

1. 가 : 아직 출발 안 했어요?
나 : 네. 바빠서 출발 못했어요. 1시쯤에 (　　).

① 출발해주세요　　② 출발하지 않아요
③ 출발하려고 해요　　④ 출발하지 말아요

2. 가 : 서울시 박물관에 가 봤어요?
나 : 아니요, 다음에 한 번 (　　).

① 가면 좋아요　　② 가고 있어요
③ 가지 않아요　　④ 가려고 해요

다음을 읽고 질문에 답하십시오. Hãy đọc đoạn văn sau và trả lời câu hỏi

민국 씨, 안녕하세요?

오랜만에 편지를 받고 반가웠어요.

저는 이제 곧 미국에 돌아가요. 그래서 즐거운 시간도 보내고 역사도 공부하러 경주에 여행을 가려고 해요. 선영 씨와 같이 (　　), 민국 씨는 어때요? 우리 셋이 함께 지내면 정말 재미있겠지요? 꼭 같이 갑시다. 그럼 연락 기다릴게요.

– 마이클 –

3. (　　　)에 알맞은 것을 고르십시오.

① 가기 때문에　　② 가려고 하는데
③ 가기 위해서　　④ 가니까

다음을 읽고 질문에 답하십시오. Hãy đọc đoạn văn sau và trả lời câu hỏi

가 : 어서 오세요. 뭐 찾으세요?
나 : 옷을 (　　).
가 : 네, 여기서 보세요.
나: 이 옷이 맘에 드네요.
가 : 그럼, 한 번 입어 보세요.

4. (　　)에 알맞은 것을 고르십시오.

① 샀는데요　　② 줄 수 있는데요
③ 사려고 하는데요　　④ 주려고 하는데요

다음을 읽고 질문에 답하십시오. Hãy đọc đoạn văn sau và trả lời câu hỏi

가 : 우리 약속이 오늘 일곱 시예요?

나 : 아니요, 일곱 시가 아니에요. 여섯 시예요.

가 : 그래요? 그런데 제가 오늘 좀 늦게 (　　).

나 : 언제쯤 와요?

가 : 한 시간쯤 늦어요.

5. (　　　)에 알맞은 것을 고르십시오.

① 갔어요　　② 갑시다　　③ 가세요　　④ 가려고 해요

답(Đáp án)

문항	1	2	3	4	5
답-Đáp	③	④	②	③	④

45 V + -(으)려면 (Nếu định/muốn + <Động từ>)

① Giả định những trường hợp có khuynh hướng hay ý định sẽ làm việc nào đó

예 이 선생님을 만나려면 내일 오후에 오세요.
Nếu muốn gặp thầy Lee thì xin hãy đến vào chiều mai.

② Giả định việc nào đó sẽ xảy ra

예 수업이 끝나려면 30분 더 기다려야 해요.
Nếu muốn lớp học kết thúc thì phải đợi thêm 30 phút nữa.

연습문제(Bài tập luyện tập)

(　　) 안에 알맞은 것을 고르십시오. Hãy chọn từ thích hợp điền vào (　　).

1. 가 : 여보세요, 박상민 씨 계십니까?
나 : 지금은 안 계십니다. 박상민 씨와 통화(　　) 10분 후 다시 전화하세요.
① 하시면　　② 하시러　　③ 하시려고　　하시려면

2. 가 : 출입국사무소는 어떻게 갑니까?
나 : 출입국사무소에 (　　) 73번 버스를 타세요.
① 가면　　② 가려면　　③ 가는데　　가시면

3. ○○대학교에 (　　　) 무엇을 준비해야 합니까?

① 입학하러　　② 입학하려고　　③ 입학하면　　입학하려면

답(Đáp án)	문항	1	2	3
	답-Đáp	④	②	④

46 V + –(으)면서(vừa + <Động từ> + vừa)

① Kết hợp 2 hành động hoặc tình huống trở lên

예 나는 드라마를 보면서 밥을 먹는다.
Tôi vừa xem phim truyền hình vừa ăn cơm.

이 가방은 예쁘면서 싸다.
Cái xách tay này vừa xinh vừa rẻ.

② Liên kết hành động hay tình huống trái ngược nhau

예 저 식당 음식은 맛없으면서 값이 비싸요.
Nhà hàng đó thức ăn không ngon mà giá cả cũng đắt.

오빠는 놀면서 나에게는 공부하라고 해요.
Anh trai thì chơi đùa mà lại bảo tôi học bài.

Cách dùng

V	–(으)면서
A	
N	–(이)면서

주의 – Chú ý

Phải cùng 1 chủ ngữ	나는 드라마를 보면서 밥을 먹어요.(O) 나는 드라마를 보면서 그는 밥을 먹어요.(X)

Chủ ngữ chỉ phải xuất hiện một lần trong câu	나는 드라마를 보면서 밥을 먹어요.(O) 나는 드라마를 보면서 나는 밥을 먹어요.(X)
Chỉ sử dụng thì quá khứ và tương lai ở vế sau.	나는 드라마를 보면서 밥을 먹었어요.(O) 나는 드라마를 봤으면서 밥을 먹었어요.(X)

-(으)면서	-(으)며
Thường dùng trong văn nói	Thường dùng chủ yếu trong văn viết, bài thuyết trình, diễn thuyết, giảng luận

	Chủ ngữ của 2 vế	예
-(으)면서	Thường là 1 người	내가 부르면서 친구가 대답을 안 해요.(X)
-(으)ㄴ/는데	Khác nhau cũng được	내가 부르는데 친구가 대답을 안 해요.(O)

연습문제(Bài tập luyện tập)

(　　) 안에 알맞은 것을 고르십시오. Hãy chọn từ thích hợp điền vào (　　).

1. 가 : 늦어서 너무 미안해요.
나 : 괜찮아요. 핸드폰 (　　) 기다렸어요.

① 볼 때　② 보지만　③ 보니까　④ 보면서

2. 가 : 운전할 때 전화를 받아요?
나 : 아니요, (　　) 전화를 받으면 안 돼요.

① 운전해야　② 운전하면서　③ 운전하려고　④ 운전하거나

3. 가 : 미진 씨, 할 얘기가 있는데 지금 시간 있어요?
나 : 미안해요. 지금은 좀 바쁘니까 점심을 (　　) 이야기하죠.

① 먹어야　② 먹으면서　③ 먹으려고　④ 먹기 때문에

다음을 읽고 질문에 답하십시오. Hãy đọc đoạn văn sau và trả lời câu hỏi

가 : 선생님, 드릴 말씀이 있는데요.

나 : 중요한 약속이 있어서 곧 나가 봐야 하는데요. 오래 걸리는 이야기입니까?

가 : 아니요, 잠깐이면 되는데요.

나 : 그럼 (　　) 이야기하죠.

4. (　　)에 알맞은 것을 고르십시오.

① 걸으면　② 걸으니까　③ 걸으면서　④ 걸었는데

답(Đáp án)	문항	1	2	3	4
	답-Đáp	④	②	②	③

47 V + –(으)면 되다/안 되다 (nếu + <đt> + thì được/không được)

Nếu chỉ cần có được trạng thái, hay thực hiện hành động nào đó thì đây xem như là điều kiện đã đủ hoặc không thành vấn đề.

예 여기에 놓으면 됩니까?
Nếu đặt ở đây thì được chứ?

주의 – Chú ý

–(으)면 되다	조건 – Điều kiện
-아/어도 되다	허락 – Cho phép
–(으)면 안 되다	금지 – Cấm đoán

	의미 – Ý nghĩa	예 – Ví dụ	대답 – Trả lời
–(으)면 되다	조건 – Điều kiện	이 책을 읽으면 됩니까? Nếu đọc quyển sách này là được?	네, 읽으면 됩니다. Vâng, đọc thì được.
			아니요, 읽으면 안 됩니다. Không, nếu đọc thì không được.
-아/어도 되다	허락 – Cho phép	이 책을 읽어도 됩니까? Đọc quyển sách này cũng được?	네, 읽어도 됩니다. Vâng, đọc cũng được.
			아니요, 읽으면 안 됩니다. Không, nếu đọc thì không được.

연습문제(Bài tập luyện tập)

( ) 안에 알맞은 것을 고르십시오. Hãy chọn từ thích hợp điền vào ( ).

1. 가 : 지금 나가도 돼요?
나 : 아니요, 지금 ( ).

① 나가도 돼요 ② 나가지 않아요
③ 나갈 수 있어요 ④ 나가면 안 돼요

2. 가 : 비행기 표를 언제까지 예약해야 해요?
나 : 이번 주 금요일까지 ( ).

① 하게 돼요 ② 하고 있어요 ③ 하면 돼요 ④ 하면 안 돼요

다음을 읽고 질문에 답하십시오. Hãy đọc đoạn văn sau và trả lời câu hỏi

여러분, 지금부터 같이 박물관으로 출발하겠습니다. 한 시간 동안 볼 겁니다. 그런데 안에서는 사진을 (찍다) 안 됩니다. 사진을 찍지 마시고 음식물도 먹을 수 없습니다.

3. ( )를 알맞게 고쳐 쓰십시오. ⇨ ( )

다음을 읽고 질문에 답하십시오. Hãy đọc đoạn văn sau và trả lời câu hỏi

가 : 음악회를 시작했어요?
나 : 네, 방금 시작했어요.
가 : 그럼 지금 들어갈 수 있어요?
나 : 아니요, ( ). 다음 쉬는 시간이 끝나고 들어가세요.

4. (　　　)에 알맞은 것을 고르십시오.

① 들어가면 돼요　　② 들어가니까 돼요
③ 들어가도 안 돼요　　④ 들어가면 안 돼요

답(Đáp án)

문항	1	2	3	4
답-Đáp	④	③	찍으면	④

48 V/A + –아/어야 겠다(phải + <đt/tt>)

Bày tỏ mong đợi về việc nhất định được thực hiện hoặc ý chí nhất định sẽ làm.

예 돈이 하나도 없어서 돈을 찾으러 은행에 가야겠어요.
Vì không còn đồng nào nên sẽ phải đến ngân hàng để rút tiền.
농구를 하려면 키가 더 커야겠어요.

연습문제(Bài tập luyện tập)

다음을 읽고 질문에 답하십시오. Hãy đọc đoạn văn sau và trả lời câu hỏi

가 : 수진 씨, 새 집을 구했어요?
나 : 아니요, 아직 마음에 드는 곳을 못 찾았어요. 왜요?
가 : 아, 저희 옆집이 이사 갈 것 같아서요.
나 : 그래요? 그 집에 한 번 (   ).

1. (   )에 알맞은 것을 고르십시오.

① 가 줄게요 ② 가 봐야 돼요 ③ 가 봐야겠어요 가는지 알아요

(　　) 안에 알맞은 것을 고르십시오. Hãy chọn từ thích hợp điền vào (　　).

2. 가 : 요즘 살이 너무 쪄서 다이어트를 할까 해요.
나 : 저도 요즘 살이 많이 쪘어요. 오늘부터 열심히 운동을 (　　).

① 해야 돼요　　② 해야겠어요　　③ 하면 됩니다　　해 줄게요

3. 가 : 새로 생긴 식당의 음식이 참 맛있다고 해요.
나 : 그래요? 저도 한 번 (　　).

① 먹게 되겠어요　　② 먹어도 되겠어요
③ 먹을 수 있겠어요　　④ 먹어 봐야겠어요

4. 가 : 가방에 책이 다 들어가지 않아요.
나 : 가방이 너무 작네요. 가방이 더 (　　).

① 클 것 같아요　　② 커야겠어요　　③ 커 보여요　　④ 커도 돼요

(　　)에 알맞지 않은 것을 고르십시오.

5. 가 : 어제 옷을 샀는데 입어 보니까 조금 작아요.
나 : 그러면 조금 큰 걸로 (　　).

① 바꾸러 가세요　　② 바꾸고 싶어요
③ 바꿔야겠군요　　④ 바꾸는 게 좋겠어요

답(Đáp án)	문항	1	2	3	4	5
	답-Đáp	③	②	④	②	④

49 V/A + –아/어야 되다/하다 (phải làm/phải + <đt> mới được)

Thể hiện nghĩa vụ, việc đương nhiên.

예 내일까지 숙제를 해야 해요.
Đến hết ngày mai phải làm bài tập mới được.
모델이 되려면 키가 커야 돼요.
Nếu muốn thành người mẫu thì phải cao mới được.

주의 – Chú ý

V/A+-아/어야 되다	Sử dụng trong khi nói nhiều hơn.
V/A+-아/어야 하다	Sử dụng trong văn viết. tài liệu nhiều hơn.

연습문제(Bài tập luyện tập)

(　　) 안에 알맞은 것을 고르십시오. Hãy chọn từ thích hợp điền vào (　　).

1. 약속을 하면 꼭 (　　) 해요.

① 가져야　② 지켜야　③ 건너야　④ 불러야

2. 가 : 내일 같이 운동하러 가요.
나 : 미안해요, 내일 부모님이 오시기 때문에 공항에 (　　　).

① 가야 돼요　　② 가게 돼요　　③ 가있어요　　④ 갈 수 없어요

3. 가 : 지민 씨, 주말에 같이 여행을 갈래요?
나 : 미안해요. 언니가 결혼을 해서 고향에 (　　　).

① 갔어요　　② 갑시다　　③ 가야 돼요　　④ 가면 돼요

4. 가 : 실례합니다. 아이는 표를 안 사도 됩니까?
나 : 아니요, 아이 표도 꼭 (　　　).

① 사도 됩니다　　② 사면 됩니다　　③ 사야 합니다　　④ 사려고 합니다

다음을 읽고 질문에 답하십시오. Hãy đọc đoạn văn sau và trả lời câu hỏi

이번 달부터 서울 시내의 모든 가게에서는 일회용 비닐 봉투를 쓸 수 없습니다. 물건을 사러 오실 때 물건을 넣어 갈 봉투를 가지고 와야 합니다. 봉투가 필요한 분들은 봉투 한 개에 20원을 (　) 합니다. 봉투를 다시 가게로 가지고 오면 20원을 돌려 드립니다.

5. (　　　)에 알맞은 것을 고르십시오.

① 내야　　② 걸려야　　③ 받아야　　④ 들어야

답(Đáp án)	문항	1	2	3	4	5
	답-Đáp	②	①	③	③	①

50 V + –기 때문에(Vì/bởi vì + <Động từ>)

Thể hiện lý do, nguyên nhân của việc nào đó

예 저는 외국인이기 때문에 한국말을 모릅니다.
Vì tôi là người nước ngoài nên không biết tiếng Hàn.

Cách dùng

A	–기 때문에
V	–기 때문에
N	때문에

주의 – Chú ý

Không thể dùng cho câu mệnh lệnh hay câu đề nghị

예 비가 오기 때문에 우산을 가지고 오십시오.(X)
비가 오기 때문에 우산을 가지고 갑시다.(X)
Bởi vì trời mưa nên hãy mang theo ô/dù.

연습문제(Bài tập luyện tập)

밑줄 친 내용을 (   )에 알맞게 쓰십시오.

1. 밥을 두 그릇이나 먹었습니다. 그래서 배가 부릅니다. ⇨ (   )

2. 친구가 한국에 옵니다. 그래서 공항에 가야 해요. ⇨ (   )

(   ) 안에 알맞은 것을 고르십시오. Hãy chọn từ thích hợp điền vào (   ).

3. 내일은 (   ) 학교에 가지 않습니다.

① 일요일 때문에　　② 일요일이기 때문에
③ 일요일이면　　④ 일요일이려고

답(Đáp án)

문항	1	2	3
답-Đáp	먹었기 때문에	오기 때문에	②

51 V + –기 위해서(để + <Động từ>)

Thể hiện mục đích hay ý đồ thực hiện việc nào đó.

예 친구를 만나기 위해서 시내에 갑니다.
Đi ra phố để gặp bạn.

Cách dùng

A	–아/어지기 위해서
V	–기 위해서
N	–을/를 위해서

주의 – Chú ý

–기 때문에	이유 – Lý do	배가 고프기 때문에 식당에 가요. Vì đói bụng nên đi đến nhà hàng.
–기 위하여	목적 – Mục đích	밥을 먹기 위해서 식당에 가요. Đến nhà hàng để ăn cơm.

	목적 – Mục đích	목적 없는 의도 – ý đồ không mục đích
–기 위해서	유학 가기 위해서 준비해요.(O) Chuẩn bị để đi du học.	유학 가기 위해서 해요.(X) Làm để đi du học.
–(으)려고	유학 가려고 준비해요.(O) Chuẩn bị đi du học.	유학 가려고 해요.(O) Định đi du học.

연습문제(Bài tập luyện tập)

(　　) 안에 알맞은 것을 고르십시오. Hãy chọn từ thích hợp điền vào (　　).

1. 용돈을 (　　) 아르바이트를 시작했습니다.

① 벌고　　② 벌면　　③ 벌어서　　④ 벌기 위해서

2. 애인에게 (　　) 선물을 샀습니다.

① 주기 위해서　　② 주는데　　③ 주기로　　④ 주는 것을

다음을 읽고 질문에 답하십시오. Hãy đọc đoạn văn sau và trả lời câu hỏi

제 희망은 바리스타가 되는 것입니다. 그래서 요즘 바리스타학원에서 선생님의 설명을 듣고 연습을 하고 있습니다. 앞으로 바리스타가 (　　) 더 많이 노력할 겁니다. 열심히 해서 꼭 좋은 요리사가 되고 싶습니다.

3. (　　)에 알맞은 것을 고르십시오.

① 된 후에　　② 되기 때문에　　③ 되려고 해도　　④ 되기 위해서

답(Đáp án)

문항	1	2	3
답-Đáp	④	①	④

52 V + -(으)ㄴ 후에(sau + <đt>)

Thực hiện hành động nào đó và theo thời gian một hành động khách diễn ra.
(= -(으)ㄴ 다음에)

예 나는 식사를 한 후에 차를 마셔요.
Tôi uống trà sau khi ăn cơm.

Cách dùng

Động từ kết thúc bằng phụ âm.	-은 후에	(먹다) 먹은 후에
Động từ kết thúc bằng nguyên âm hoặc kết thúc bằng phụ âm 'ㄹ'.	-ㄴ 후에	(자다) 잔 후에, (알다) 안 후에

주의 – Chú ý

V+-(으)ㄴ 후에	식사한 후에 이를 닦아요. Đánh răng sau khi ăn.
V+-기 전에	식사하기 전에 손을 씻어요. Rửa tay trước khi ăn.

연습문제(Bài tập luyện tập)

( ) 안에 알맞은 것을 고르십시오. Hãy chọn từ thích hợp điền vào ( ).

1. 가 : 대학교를 ( ) 무엇을 하려고 해요?
나 : 공부를 계속하기 위해 대학원에 가려고 해요.

① 졸업하는 후에 ② 졸업한 후에
③ 졸업하기 후에 ④ 졸업할 후에

2. 가 : 내일 수업이 끝나면 어디에 갈 거예요?
나 : 수업이 ( ) 공연을 보러 갈 거예요.

① 끝나는 후에 ② 끝나면 후에 ③ 끝난 후에 ④ 끝날 후에

3. 학교에서 ( ) 집에 가서 복습하는 것이 좋아요.

① 배우기 전에 ② 배운 전에 ③ 배우기 후에 ④ 배운 후에

답(Đáp án)

문항	1	2	3
답-Đáp	②	③	④

53 V/A + –(으)ㄹ 때(khi + <đt/tt>)

① Diễn tả việc bình thường, việc theo thói quen.

예 수업할 때 휴대폰을 꺼야 합니다.

Khi học phải tắt điện thoại.

② Thời điểm xảy ra việc trong quá khứ.

예 어릴 때 꿈이 선생님이였어요.

Giấc mơ khi còn nhỏ là cô giáo.

③ Thời điểm xảy ra sự việc trong quá khứ.

예 집들이할 때 연락하세요.

Hãy liên lạc khi làm tân gia.

주의 – Chú ý

Dùng + '(으)ㄹ 때' với các từ '가다, 오다, 출발하다, 도착하다'	
-(으)ㄹ 때	-았/었을 때
앞 문장과 뒤 문장이 동시에 일어나면 Trường hợp vế trước và vế sau cùng đồng thời xảy ra 예) 학교에 갈 때 비가 왔어요. Khi đi đến trường thì trời mưa.	앞 문장이 끝나고 뒤 문장이 일어나면 Trường hợp vế trước kết thúc và vế sau xảy ra 예) 학교에 갔을 때 문이 닫혀 있었어요. Khi đến trường thì cửa đã đóng lại.

Động từ '**어리다**'는 có thể sử dụng với '**-았/었을 때**' để thay cho '- (으)ㄹ **때**'

예 어릴 때 꿈이 선생님이였어요. = 어렸을 때 꿈이 선생님이였어요.

Có thể dùng chỉ từ '**때**' ở phía sau một số danh từ chỉ thời gian như **시험 때**', '**방학 때**', '**학생 때**'. Nhưng không chỉ dùng như thế với các danh từ như '**주말, 오전, 오후**'

예 주말 때(X), 오전 때(X)

연습문제(Bài tập luyện tập)

(　　) 안에 알맞은 것을 고르십시오. Hãy chọn từ thích hợp điền vào (　　).

1. 가 : 우리 집에 놀러 오세요.
나 : 다음에 시간이 (　　) 놀러 갈게요.

① 있고　② 있어서　③ 있을 때　④ 있기 전에

2. 한국에서는 밥을 (　　) 숟가락과 젓가락을 사용해요.

① 먹어야　② 먹는데　③ 먹고　④ 먹을 때

3. 기분이 (　　) 음악을 들으면 좋아져요.

① 나쁘니까　② 나쁘고　③ 나쁠 때　④ 나빠서

답(Đáp án)

문항	1	2	3
답-Đáp	③	④	③

54 N + –만에

Dùng phía sau danh từ chỉ thời gian và để nhấn mạnh.

예 차가 너무 막혀서 3시간 만에 집에 도착했다.
Kẹt xe quá nên phải 3 tiếng mới về đến nhà.

주의 – Chú ý

–만에	2년 만에 친구를 만났어요. Sau 2 năm mới gặp lại bạn.	Ý nghĩa là đã không thể gặp bạn trong suốt 2 năm.
–동안	2년 동안 친구를 만났어요. Đã gặp bạn trong suốt 2 năm.	Thời gian gặp gỡ người bạn đã được 2 năm.

연습문제(Bài tập luyện tập)

(　　) 안에 알맞은 것을 고르십시오. Hãy chọn từ thích hợp điền vào (　　).

1. 가 : 어제 은정 씨를 만났죠? 요즘 어떻게 지낸대요?
나 : 저도 한 달(　　) 만났는데 그동안 결혼 준비로 바빴대요.

① 만큼　　② 부터　　③ 에　　④ 만에

2. 가 : 어머, 상민 씨 아니세요?

나 : 어, 민지 씨 오랜(　　　) 만나서 반가워요.

① 만큼　　② 동안　　③ 만에　　④ 마다

답(Đáp án)

문항	1	2
답-Đáp	④	③

55 N + –만큼(bằng + <dt>)

앞 말과 비슷한 정도나 한도임을 나타낸다. Diễn tả mức độ bằng

예 민수가 영수만큼 키가 컸다.
Minsu đã cao bằng Youngsu.

연습문제(Bài tập luyện tập)

( ) 안에 알맞은 것을 고르십시오. Hãy chọn từ thích hợp điền vào ( ).

1. 저도 가수( ) 노래를 잘 불렀으면 좋겠어요.

① 한테 ② 마다 ③ 만큼 ④ 까지

2. 가 : 리엔 씨, 대학교를 졸업하면 중국으로 돌아갈 거예요?
나 : 아니요, 저는 한국사람( ) 말을 잘해서 한국회사에 들어가고 싶어요.

① 만에 ② 마다 ③ 만큼 ④ 부터

3. 처음에 한국에 왔을 때에는 된장찌개를 못 먹었는데, 이제는 한국사람( ) 된장찌개를 좋아하게 되었어요.

① 도 ② 만 ③ 같은 ④ 만큼

답(Đáp án)	문항	1	2	3
	답-Đáp	③	③	④

56 N + –밖에(chỉ + <danh từ>)

① Không có khả năng hay lựa chọn khác và trong trường hợp điều đó là khả năng lựa chọn duy nhất thì nhất định phải dùng biểu thị phủ định theo sau đó.

예 남은 게 하나밖에 없어요.
Chỉ còn lại có 1 cái.

② **수량을 나타내는 명사와 함께 아주 적거나 작다는 느낌을 나타냄.**
Cho cảm giác số lượng của danh từ cùng xuất hiện trong câu ít hoặc nhỏ.

예 귤 한 상자에 20개밖에 안 들었다.
Trong thùng quýt chỉ có 20 quả.

주의 – Chú ý

	의미 – ý nghĩa	예 – ví dụ
–밖에	Không có lựa chọn hay khả năng khác và là sự lựa chọn duy nhất. vế sau dùng biểu hiện phủ định.	방에는 침대밖에 없다.(O) 방에는 침대밖에 있다.(X)
–만	Lựa chọn duy nhất, được dùng cho cả câu phủ định và câu khẳng định	방에는 침대만 있다.(O) 방에는 침대만 없다.(O)

	의미 – ý nghĩa	Biểu hiện có thể dùng chung	예 – ví dụ
-밖에	Nói đến số lượng nhỏ hoặc ít hơn so với suy nghĩ và vế sau dùng biểu hiện phủ định	겨우	결혼식에 겨우 90명밖에 안 왔다. Đã chỉ có 90 người đến hôn lễ.
-(이)나	Nói đến số lượng lớn hoặc nhiều hơn so với suy nghĩ và dùng được cho cả câu phủ định và câu khẳng định	무려	결혼식에 무려 90명이나 왔다. Đã có đến 90 người đến dự hôn lễ.

연습문제(Bài tập luyện tập)

( ) 안에 알맞은 것을 고르십시오. Hãy chọn từ thích hợp điền vào ( ).

1. 저는 친구가 많지 않아요. 세 명 ( ) 없어요.

① 쯤 ② 이나 ③ 이랑 ④ 밖에

2. 가 : 그 일을 언제까지 끝내야 돼요?
나 : 한 시간( ) 안 남아서 걱정이에요. 제 시간 안에 못 끝낼 것 같아요.

① 이나 ② 밖에 ③ 씩 ④ 만

3. 가 : 음식이 아직 많이 남았어요?
나 : 아니요, 조금( ) 안 남았어요.

① 이나 ② 까지 ③ 정도 ④ 밖에

답(Đáp án)	문항	1	2	3
	답-Đáp	④	②	④

57 V/A + –아/어도 되다 (Dù + <động từ/tính từ> cũng được)

Bày tỏ cho phép việc hay tình huống nào đó xảy ra. Trong trường hợp không cho phép có thể dùng '–(으)면 안 되다'.

예 가 : 여기에 주차할 수 있어요?
Có thể đậu xe ở đây được không?

나 : 주차해도 돼요. / 주차하면 안 돼요.
Đậu xe cũng được./ đậu xe thì không được.

가 : 모델은 얼굴이 예뻐야 해요?
Người mẫu thì gương mặt phải đẹp sao?

나 : 개성이 있으면 안 예뻐도 돼요. 그런데 키가 작으면 안 돼요.
Nếu có cá tính riêng thì không đẹp cũng được.

주의 – Chú ý

V/A	**–아/어도 되다**	허용, 허락 Cho phép, chấp nhận.
	–(으)면 안 되다	금지 Cấm đoán

연습문제(Bài tập luyện tập)

(　　) 안에 알맞은 것을 고르십시오. Hãy chọn từ thích hợp điền vào (　　).

1. 가 : 제가 몇 시에 찾아가는 게 좋을까요?
나 : 계속 사무실에 있을 거예요. 그러니까 아무 때나 (　　).

① 와도 돼요　② 와야 해요　③ 오게 돼요　④ 오려고 해요

2. 가 : 회의 중에 죄송하지만, 지금 잠깐 (　　) 돼요?
나 : 아니요, 지금은 나가면 안 돼요.

① 나가게　② 나가면　③ 나가도　④ 나가야

3. 가 : 밤 10시쯤 집에 전화를 (　　)?
나 : 네, 괜찮아요. 전화하세요.

① 해도 돼요　② 하지 마세요　③ 해 보세요　④ 하지 않아요

4. 가 : 이 자리에 (　　)?
나 : 네, 앉으세요.

① 앉지 말아요　② 앉아도 돼요　③ 앉아야 해요　④ 앉아 있어요

답(Đáp án)

문항	1	2	3	4
답-Đáp	①	③	①	②

58 V + –아/어 보다

Thể hiện kinh nghiệm hay thử làm một hành vi nào đó.

예 이 책이 재미있으니까 한 번 읽어 보세요.
Vì sách này hay nên hãy đọc thử xem.

김치를 먹어 봤어요?
Đã ăn thử Kimchi chưa?

연습문제(Bài tập luyện tập)

( ) 안에 알맞은 것을 고르십시오. Hãy chọn từ thích hợp điền vào ( ).

1. 가 : 도봉산 어때요?
나 : 아름다운 산이에요. 못 가 봤으면 한 번 ( ).

① 가 보세요 ② 가고 있어요
③ 간 적이 있어요 ④ 가는 것 같아요

2. 가 : 발리 섬에 가 봤어요?
나 : 아니요. 그렇지만 한 번 ( ).

① 가 보세요 ② 잘 가 봤어요
③ 가지 못 했어요 ④ 가보고 싶어요

( )에 알맞지 않은 것을 고르십시오.

3. 다음 달에 한국어를 ( ).

① 배울 거예요 ② 배워 봤어요
③ 배우려고 해요 ④ 배우고 싶어요

다음을 읽고 질문에 답하십시오. Hãy đọc đoạn văn sau và trả lời câu hỏi

여러분은 한국의 남대문 시장을 아십니까? 남대문 시장은 한국을 여행하는 외국 사람들이 아주 좋아하는 곳입니다. 왜냐하면 싸고 좋은 물건들이 아주 많기 때문입니다.
여러분들도 남대문 시장에 ( ).

4. ( )에 맞는 것을 고르십시오.

① 만나세요 ② 오지 마세요
③ 가 보세요 ④ 봅시다

다음을 읽고 질문에 답하십시오. Hãy đọc đoạn văn sau và trả lời câu hỏi

가 : 수현 씨, 인터넷으로 물건을 ( )?
나 : 네, 지난주에도 물건을 하나 샀어요.
가 : 그래요? 물건이 괜찮아요?
나 : 네, 좋아요. 아주 마음에 들었어요.

5. ( )에 맞는 것을 고르십시오.

① 사 봤어요 ② 사야 해요
③ 사기로 했어요 ④ 사 주면 돼요

다음을 읽고 질문에 답하십시오. Hãy đọc đoạn văn sau và trả lời câu hỏi

가 : 민수 씨, 한강공원에 (   )?

나 : 네, 지난 주말에 갔다 왔어요.

가 : 어땠어요? 주말인데 사람이 많지 않았어요?

나 : 아니요, 별로 없었어요.

6. (   )에 알맞은 것을 고르십시오.

① 갈까요 ② 가 봤어요 ③ 가도 돼요 ④ 가고 있어요

답(Đáp án)

문항	1	2	3	4	5	6
답-Đáp	①	④	①	③	①	②

59 A + –아/어 보이다(trông có vẻ + <tt>)

Khi nhìn bề ngoài của một đối tượng nào đó thì bày tỏ cảm nhận của bản thân là như thế hoặc suy đoán.

예 그 사람은 착해 보여요.
Người đó trông có vẻ hiền.

주의 – Chú ý

Có thể dùng thay thế với '–**게 보이다**'

예 그 사람은 나보다 키가 커 보여요. = 그 사람은 나보다 키가 크게 보여요.
Người đó trông có vẻ cao hơn tôi.

연습문제(Bài tập luyện tập)

다음을 읽고 질문에 답하십시오. Hãy đọc đoạn văn sau và trả lời câu hỏi

이 사진은 작년 가을에 친구들하고 등산을 갔을 때 찍은 사진입니다. 그날 친구들은 오랜만에 등산을 해서 힘들어 했습니다. 사진에서도 좀 (피곤하다) 보이네요.

1. (　　)을 알맞게 고쳐 쓰십시오. ⇨ (　　　　　)

(　　) 안에 알맞은 것을 고르십시오. Hãy chọn từ thích hợp điền vào (　　).

2. 가 : 이 주황색 옷 어때요?

나 : 음, 너무 (　　　).

① 화려했어요　　② 화려해 보여요　　③ 화려할까요　　④ 화려하지요

3. 가 : 무슨 일 있어요? (　　　).

나 : 네, 감기에 걸렸어요.

① 아프겠어요　　② 아플 거예요　　③ 아파봐요　　④ 아파 보여요

답(Đáp án)

문항	1	2	3
답-Đáp	피곤해	②	④

60 V + –(으)ㄴ 적이 있다/없다 (đã từng/đã bao giờ + <đt>)

Diễn tả kinh nghiệm trong quá khứ

예 저는 뚱뚱했던 적이 있어요.
Tôi đã từng bị béo.

저는 한국에 간 적이 있어요.
Tôi đã từng đi Hàn quốc.

저는 가수였던 적이 있어요.
Tôi đã từng là ca sĩ.

Cách dùng

A	–았/었던 적이 있다 / 없다
V	–(으)ㄴ적이 있다 / 없다
N	–이었/였던 적이 있다 / 없다

주의 – Chú ý

	과거의 경험 Kinh nghiệm trong quá khứ	현재, 미래의 시도 Thách thức trong hiện tại, tương lai	주어의 의지와의 관계 Mối quan hệ ý chí với chủ ngữ
-(으)ㄴ 적이 있다	O	X	Có lúc nhiều có lúc không
-아/어 보다	O	O	Có quan hệ nhiều
-아/어 본 적이 있다	O	X	

연습문제(Bài tập luyện tập)

(   ) 안에 알맞은 것을 고르십시오. Hãy chọn từ thích hợp điền vào (   ).

1. 가 : 민수 씨 이런 일을 해 봤습니까?
나 : 네, 학생 때 한 달 동안 (   ) 있습니다.

① 해 볼 일이 ② 해 볼 수가 ③ 해 본 적이 ④ 해 본 지가

2. 가 : 이 노래 들어봤어요?
나 : 네, 전에 (   ).

① 들었어요
② 들을 거예요
③ 들어 봤어요
④ 들어 본 적이 있어요

다음을 읽고 질문에 답하십시오. Hãy đọc đoạn văn sau và trả lời câu hỏi

저는 대학교 때 방학 동안 시장에서 일을 (   ). 매일 아침부터 밤늦게까지 열심히 일을 했습니다. 힘든 일도 많았지만 그때 많은 것을 배웠습니다. 그리고 일을 하고 월급을 받았을 때는 정말 기뻤습니다. 이 일은 저에게 정말 잊지 못할 경험입니다.

3. (　　)에 알맞은 것을 고르십시오.

① 하려고 합니다　　② 하는가 봅니다
③ 한 적이 있습니다　　④ 하기 때문입니다

다음을 읽고 질문에 답하십시오. Hãy đọc đoạn văn sau và trả lời câu hỏi

가 : 늦어서 미안해요. 오래 기다렸어요?
나 : 아니요, 저도 방금 왔어요. 무슨 영화를 보고 싶어요?
가 : 한국 영화를 (　　) 한 번 보고 싶어요.
나 : 그래요, 그럼 한국 영화를 봅시다.

4. (　　)에 알맞은 것을 고르십시오.

① 볼 수 없어서　　② 보면 안 돼서
③ 보기로 안 해서　　④ 본 적이 없어서

답(Đáp án)

문항	1	2	3	4
답-Đáp	③	④	③	④

61 V + -(으)ㄴ 지
(<đt> đã được + <thời gian>)

Thể hiện 'sự trôi qua của thời gian' đối với một hành động hay trạng thái nào đó được kết hợp bởi cấutrúc '-(으)ㄴ 지' đứng sau động từ và danh từ thời gian, sau đó là '**되다, 넘다, 지나다**'.

예 고향을 떠난 지 5년 되었어요.
Đã rời khỏi quê hương được 5 năm rồi.

수업을 시작한 지 40분이 지났어요.
Lớp học bắt đầu được 40 phút rồi.

그 친구를 못 만난 지 3개월이 넘었어요.
Đã không gặp được người bạn đó hơn 3 tháng rồi.

연습문제(Bài tập luyện tập)

( ) 안에 알맞은 것을 고르십시오. Hãy chọn từ thích hợp điền vào ( ).

1. 저는 지난 3월에 한국에 왔습니다. 한국에서 ( ) 지 4개월이 되었습니다.

① 온 ② 왔는 ③ 오는 ④ 왔던

2. 태권도를 시작한 (　　　).

① 지 2년 됐어요　　② 후에 3년 전이예요
③ 데 아직 잘 못해요　　④ 전에 건강이 좋아졌어요

3. 가 : 감기에 걸리셨군요. 언제부터 기침을 했나요?
나 : 기침을 (　　　) 지 이틀 됐어요.

① 하는　　② 한　　③ 했는　　④ 했던

답(Đáp án)

문항	1	2	3
답-Đáp	①	②	②

62 V + -(으)ㄹ 까요?

① (Dùng diễn tả lời tự nói một mình) bày tỏ thái độ nghi ngờ hoặc ý hỏi của người nói.

예 내가 정말 그 사람을 좋아하는 걸까?
Mình thật sự thích người đó sao?

② Đề xuất vấn đề bình thường.

예 사람은 왜 살까요?
Tại sao con người lại sống?

③ Phỏng đoán.

예 남편은 지금 무엇을 할까요?
Chồng bây giờ làm gì nhỉ?

④ Hỏi suy nghĩ hoặc ý kiến của đối phương.

예 우리 점심에 뭐 먹을까요?
Bữa trưa chúng ta sẽ ăn gì nhỉ?

⑤ Đề nghị đối phương

예 우리 같이 놀러 갈까요?
Chúng ta cùng đi chơi nhé?

⑥ **상대방에게 허락을 구함.** Tìm sự cho phép của đối phương

예 제가 저 책을 읽어도 될까요?
Tôi đọc quyển sách kia cũng được chứ?

Cách dùng

V	-(으)ㄹ 까요
A	-(으)ㄹ 까요
N	-일까요

주의 – Chú ý

Trường hợp sử dụng	Những biểu hiện có thể thay thế		Chủ ngữ	Ví dụ
Tự nói một mình	-(으)나요? -(으)ㄴ 가요? -지요?	V/A/N	1, 3	그 사람은 나를 미워할까요?
Đề xuất vấn đề	-ㅂ/습니까?	V/A/N	1, 3	이 문제는 왜 발생했을까요?
Phỏng đoán	-(으)ㄹ 것 같아요? -(으)ㄹ 거라고 생각해요?	V/A/N	3	이 영화는 재미있을까요?
Đề nghị	-(으)ㅂ 시다.	V	1 (우리)	우리 같이 영화 보러 갈까요?
Hỏi ý kiến	-(으)면 좋겠어요?	V	1, 2	언제 갈까요?
Cho phép	-아/어도 돼요?	V	1	제가 좀 도와 드릴까요?

질문이나 추측을 나타내는 의문문으로만 쓰임. 대답으로 쓸 수 없음.

Chỉ dùng cho câu hỏi được thể hiện ý phỏng đoán hay câu hỏi. Không thể sử dùng như câu trả lời.

예 가 : 내일 날씨가 좋을까요?

Thời tiết ngày mai đẹp không nhỉ?

나 : 네, 좋을까요.(X)

의미	질문	대답
Tự nói một mình	그 사람은 나를 미워할까요?	없음
Đề xuất vấn đề	이 문제는 왜 발생했을까요?	OO의 이유로 발생했을 거예요.
Phỏng đoán	이 영화가 재미있을까요?	아마 재미있을 거예요.
Đề nghị	우리 같이 영화 보러 갈까요?	네, 같이 갑시다.
Hỏi ý kiến	언제 갈까요?	지금 갑시다.
Cho phép	제가 좀 도와 드릴까요?	네, 좀 도와주세요.

연습문제(Bài tập luyện tập)

(　　) 안에 알맞은 것을 고르십시오. Hãy chọn từ thích hợp điền vào (　　).

1. 가 : 여기에 이름을 (　　)?

나 : 네, 거기에 쓰세요.

① 썼어요　　② 쓰세요　　③ 쓰겠어요　　④ 쓸까요

2. 가 : 이 문제를 선생님한테 (　　　)?
나 : 좋아요. 그렇게 해요.

① 물어 볼까요　　② 물어 봅시다　　③ 물어 봤어요　　④ 물어 보십시오

3. 가 : 주말에 우리 같이 영화 (　　　)?
나 : 좋아요, 같이 영화를 봐요.

① 보세요　　② 봅시다　　③ 볼까요　　④ 봤어요

다음을 읽고 질문에 답하십시오. Hãy đọc đoạn văn sau và trả lời câu hỏi

가 : 민수 씨, 많이 아파요? 같이 병원에 (　　)?
나 : 고마워요. 아침부터 머리가 많이 아파요. 날씨가 추워서 감기에 걸린 것 같아요.
가 : 걱정하지 마세요. 병원에 가면 좋아질 거예요.

4. (　　　)에 알맞은 것을 고르십시오.

① 갈까요　　② 가세요　　③ 가고 있어요　　④ 가려고 해요

답(Đáp án)

문항	1	2	3	4
답-Đáp	④	①	③	①

63 V + –(으)ㄹ 래요

① Ý chí mềm mỏng.

예 커피 마실래요.
Uống cà phê.

내일부터 일찍 일어날래요.
Từ ngày mai sẽ thức sớm.

② Hỏi ý muốn hay suy nghĩ của đối phương về một việc nào đó hay lựa chọn điều gì đó.

예 뭐 마실래요?
Uống gì?

청소할래요?
Dọn dẹp nhé?

빨래할래요?
Giặt đồ nhé?

③ Nhờ vả, mệnh lệnh, đề nghị nhẹ nhàng.

예 좀 비켜주실래요?
Xin vui lòng tránh sang một bên được không?

내일 시간 좀 내줄래요?
Ngày mai có thể dành thời gian cho không?

④ Đề án.

예 우리 같이 커피 마실래요?
Chúng ta cùng nhau uống cà phê nhé?
이번 주말에 등산 갈래요?
Cuối tuần này leo núi nhé?

주의 – Chú ý

Ý nghĩa	Những biểu hiện có thể thay thế	Chủ ngữ
Ý chí	–(으)ㄹ 거예요, –(으)려고 해요	Ngôi thứ nhất 1,2
Nhờ vả, mệnh lệnh	–아/어 주세요, –(으)세요	Ngôi thứ nhất 2
Đề án	–(으)겠어요?, –(으)ㅂ 시다	Ngôi thứ nhất 1(우리), ngôi thứ nhất 2

연습문제(Bài tập luyện tập)

(　　) 안에 알맞은 것을 고르십시오. Hãy chọn từ thích hợp điền vào (　　).

1. 가 : 손님, 뭐 드시겠습니까?
나 : 음, 녹차 (　　).

① 마시는데요　② 마실래요　③ 마셨어요　④ 마시는 중이에요

2. 가 : 내일 만나면 뭐 (　　)?
나 : 동대문시장에 가서 쇼핑을 합시다.

① 할래요　② 하세요　③ 했어요　④ 하겠어요

다음을 읽고 질문에 답하십시오. Hãy đọc đoạn văn sau và trả lời câu hỏi

가 : 제가 이번 토요일에 이사해요. 좀 (도와 주다)?

나 : 네, 그런데 왜 이사하세요?

다 : 지금 사는 집은 회사가 너무 멀어서요.

3. (   )를 알맞게 고쳐 쓰십시오. ⇨ (   )

답(Đáp án)

문항	1	2	3
답-Đáp	②	①	도와주시겠어요

64 V + –나 보다

어떤 사실이나 상황으로 미루어 그런 것 같다고 추측하는 의미.

Biểu hiện ý nghĩa phỏng đoán của người nói về sự việc hay tình huống nào đó.

예 밖에 비가 오나 봐요.
Hình như đang mưa.

Cách dùng

	과거	현재	미래
V	–았/었나 보다	–는가 보다	–(으)ㄹ 건가 보다
A	–았/었나 보다	–나 보다	–(으)ㄹ 건가 보다
N	–이었/였나 보다	–인가 보다	–이/가 될 건가 보다

주의 – Chú ý

Vì nói về sự phỏng đoán của người nói nên chủ ngữ không thể là ngôi số 1.

예 나는 밥을 먹나 봐요.(X)
우리는 공부하나 봐요.(X)

연습문제(Bài tập luyện tập)

(　　) 안에 알맞은 것을 고르십시오. Hãy chọn từ thích hợp điền vào (　　).

1. 옆 반에서 웃음소리가 들려요. 수업이 (　　).

① 재미있었어요　② 재미있나 봐요
③ 재미있어서요　④ 재미있어요

2. 교통사고가 (　　). 차가 많이 막히네요.

① 나는가 봐요　② 났나 봐요　③ 날 건가 봐요　④ 나나 봐요

밑줄 친 부분과 같은 것을 고르십시오.

3. 사람들이 많이 모여 있어요. 무슨 일이 <u>있나 봐요.</u>

① 이었나 봐요　② 있고 있어요　③ 있게 되요　④ 있는 것 같아요

답(Đáp án)

문항	1	2	3
답-Đáp	②	②	④

65 V + -는 것 같다

① Thông qua vài tình huống và từ đó suy luận ra ý phỏng đoán chủ quan của sự việc đang xảy ra hoặc một trạng thái nào đó

예 빗소리가 들려요. 밖에 비가 오는 것 같아요.
Nghe tiếng mưa rơi. Chắc là bên ngoài trời mưa.

② 자신의 생각이나 의견을 부드럽게 혹은 겸손하게 말하는 느낌.
Nói lên cảm giác hay ý kiến, suy nghĩ của bản thân một cách khiêm tốn hay mềm mỏng.

예 이 식당 음식은 참 맛있는 것 같아요.
Hình như thức ăn của nhà hàng này rất ngon.

Cách dùng

	과거	현재	미리(추측)
V	-(으)ㄴ 것 같다	-는 것 같다	-(으)ㄹ 것 같다
A	-았/었던 것 같다	-(으)ㄴ 것 같다	-(으)ㄹ 것 같다
N	-이었/였던 것 같다	-인 것 같다	-일 것 같다

주의 – Chú ý

의미 – Ý nghĩa		Những biểu hiện phù hợp với mẫu này	Những biểu hiện có thể thay thế với mẫu này	예 – Ví dụ
Căn cứ của sự suy đoán mạnh hay có sự xác chứng mạnh.	Sự việc mang tính khách quan và căn cứ về thông tin	–(으)ㄴ/는 걸 보니까	–듯하다 –나 보다 –는 모양이다	Thấy việc Young Jin không bắt máy thì chắc là bây giờ không có ở nhà.
Căn cứ của sự suy đoán yếu hay có sự xác chứng yếu.	Căn cứ về tri thức và kinh nghiệm mang tính chủ quan của người nói	내 생각에는, 왠지, 어쩐지, 그냥	–듯하다	Ttheo tôi suy nghĩ thì chắc bây giờ Young Jin không có ở nhà.
Nói một cách mềm mỏng (nói quanh)			–듯하다	미안해요. 못 갈 것 같아요. Xin lỗi, chắc là tôi không đến được.

	과거		현재	
	추측의 근거 또는 확신이 약함.	추측의 근거 또는 확신이 강함.	추측의 근거 또는 확신이 약함.	추측의 근거 또는 확신이 강함.
V	–(으)ㄴ 것 같다	–았/었을 것 같다	–는 것 같다	–(으)ㄹ 것 같다.
A	–았/었던 것 같다	–았/었을 것 같다	–(으)ㄴ 것 같다	–(으)ㄹ 것 같다
N	–이었/였던 것 같다	–이었/였을 것 같다	–인 것 같다	–일 것 같다

연습문제(Bài tập luyện tập)

밑줄 친 부분과 같은 것을 고르십시오.

1. 미영 씨가 많이 <u>아픈가 봐요.</u> 힘이 없어 보여요.

① 아플까요? ② 아플 거예요 ③ 아픈지 알아요 ④ 아픈 것 같아요

( ) 안에 알맞은 것을 고르십시오. Hãy chọn từ thích hợp điền vào ( ).

2. 가 : 오늘 은행에 가면 사람이 많을까요?
나 : 네, 오늘이 31일이라 사람이 ( ).

① 많으면 돼요 ② 많아야겠어요 ③ 많을 것 같아요 ④ 많은지 알아요

3. 가 : 봄인데도 계속 춥네요.
나 : 네, 내일은 더 ( ).

① 추우면 돼요 ② 추우려고 해요 ③ 추울 것 같아요 ④ 춥지 않았어요

4. 가 : 이 택배를 서울에서 언제 받을 수 있을까요?
나 : 이틀 쯤 ( ).

① 걸릴게요 ② 걸렸을 겁니다
③ 걸리는 것입니다 ④ 걸릴 것 같습니다

다음을 읽고 질문에 답하십시오. Hãy đọc đoạn văn sau và trả lời câu hỏi

저는 요즘 한국 드라마를 자주 봅니다. 단어는 좀 어렵지만 한국 사람들이 사용하는 말들을 배울 수 있습니다. 또 드라마에는 한국의 유명한 곳이나 음식 그리고 생활 모습이 나옵니다. 그래서 저 같은 외국인이 한국 드라마를 보면 한국의 문화를 더 빨리 이해할 수 (   ).

5. (   ) 에 알맞은 것을 고르십시오.

① 있어도 됩니다
② 있기로 했습니다
③ 있을 것 같습니다
④ 있을 줄 알았습니다

답(Đáp án)

문항	1	2	3	4	5
답-Đáp	④	③	③	④	③

66 V + -는 중이다

동작의 진행.

Nói về một động tác nào đó đang thực hiện.

예 친구를 기다리는 중입니다.

Đang đợi bạn.

Cách dùng

V+-던 중이었다 (과거 진행)	V+-는 중이다 (현재 진행)
학교에 가던 중이었습니다. Đã là lúc đang đến trường.	학교에 가는 중입니다. Đang đi đến trường.

주의 – Chú ý

V+-고 있다

(có thể thay thế sử dụng với ngữ pháp này, cả hai đều có nghĩ tương đương)

예 친구를 기다리고 있어요.

Đang đợi bạn.

연습문제(Bài tập luyện tập)

( ) 안에 알맞은 것을 고르십시오. Hãy chọn từ thích hợp điền vào ( ).

1. 인터넷 기사를 읽는 ( ).

① 중이에요 ② 곳이에요 ③ 수 있어요 ④ 것을 좋아해요

2. 가 : 안녕하세요. 홍기 씨, 여기서 뭐하세요?

나 : 안녕하세요. 친구를 ( ).

① 기다리려고 해요 ② 기다리는 중이에요

③ 기다릴까 해요 ④ 기다릴지 몰라요

답(Đáp án)

문항	1	2
답-Đáp	①	②

67 V + -(으)ㄴ/는지 알다/모르다

① Sử dụng cùng với từ để hỏi, thể hiện ý hỏi không rõ ràng.

예 나는 그 사람이 어떤 과목을 좋아하는지 모른다.
Tôi không biết là người đó thích môn học nào

도서관이 어디 있는지 알아요.
Biết thư viện ở đâu.

② **'어찌나, 얼마나'와 함께 쓰여 앞선 상황이 상당함을 강조할 때 사용.** Dùng với các từ **'어찌나, 얼마나'**, khi muốn nhấn mạnh tình huống được đề cập trước đó. Thường đi với đuôi câu '**-는지 모르다**'

예 그 아기가 얼마나 귀엽게 생겼는지 몰라요.
Không biết là đứa bé đó đẹp đến dường nào.

Cách dùng

	과거	현재	미래
V	-았/었는지	-는지	-(으)ㄹ 지
A		-(으)ㄴ 지 (있다/없다 +-는지)	
N	-이었/였는지	-인지	-일지

주의 – Chú ý

-는지 알다/모르다	막연한 의문을 나타냄 Thể hiện câu hỏi không rõ ràng	어떤 문제를 틀렸는지 잘 모르겠어요. Không muốn điều nào là sai
-는지 알았다	Ý nghĩa là ngày xưa thì đã suy nghĩ như thế như bây giờ thì không phải.	나는 그 사람이 멋있는지 알았어요. Tôi đã biết người đó đã tuyệt thế nào (지금은 멋있지 않다는 의미) (ý nghĩa là bây giờ thì không nghĩ là tuyệt nữa)
-는지 몰랐다	Ý nghĩa là ngày xưa thì không biết nhưng bây giờ đã biết được rồi.	나는 그 사람이 멋있는지 몰랐어요. Tôi đã không biết người đó tuyệt vời. (지금은 멋있다는 의미) (bây giờ đã biết được sự thật đó)

연습문제(Bài tập luyện tập)

(　　) 안에 알맞은 것을 고르십시오. Hãy chọn từ thích hợp điền vào (　　).

1. 가 : 한국 대사관에 가고 싶은데요. 한국 대사관이 어디에 (　　) 아세요?
나 : 글쎄요. 저도 잘 모르겠어요. 다른 사람에게 물어 보세요.

① 있다고　② 있다는　③ 있기를　④ 있는지

2. 가 : 저기 실례합니다. ○○대에 가려면 몇 번 버스를 타야 합니까?
나 : 글쎄요. 저도 어떻게 (　　) 모르겠네요.

① 가는지　② 가기로　③ 가는데　④ 가던지

3. 가 : 시험을 언제 (　　) 아세요?
나 : 다음주 월요일에 봐요.

① 보니까　② 봐서　③ 보는데　④ 보는지

4. 가 : 어제 본 연극은 어땠어요? 재미있었어요?
나 : 네, 얼마나 (   ) 몰라요.

① 재미있었는지 ② 재미있을까 ③ 재미있는데 ④ 재미있으면

답(Đáp án)	문항	1	2	3	4
	답-Đáp	④	①	④	①

68 A + -게

① Tiêu chuẩn hay mục đích của hành động được thực hiện ở phía sau

예 춥지 않게 옷을 더 입으세요.
Hãy mặc thêm áo để không bị lạnh.

② Phương thức, chừng mực của trạng thái hay hành vi xuất hiện ở phía sau.

예 나는 머리를 짧게 잘랐다.
Tôi đã cắt tóc ngắn.

③ **'여기다, 생각하다' 등의 동사 앞에 쓰여서 어떠하다고 생각하고 느끼는 내용.** Được sử dụng với các động từ như '**여기다, 생각하다**' để thể hiện cảm nhận hay suy nghĩ như thế về việc nào đó.

예 나는 그 사람을 좋게 생각해요.
Tôi suy nghĩ tốt về người đó.

연습문제(Bài tập luyện tập)

(　　) 안에 알맞은 것을 고르십시오. Hãy chọn từ thích hợp điền vào (　　).

1. 가 : 떡볶이가 맛있었어요?
나 : 네, 아주 (　　) 먹었어요.

① 맛있게　　② 맛있는　　③ 맛있고　　④ 맛있지만

2. 모르는 것은 상민 씨에게 물어 보세요. 상민 씨가 (　　　) 가르쳐 줘요.

① 쉽게　　② 쉬운　　③ 쉽기　　④ 쉬워서

다음을 읽고 질문에 답하십시오. Hãy đọc đoạn văn sau và trả lời câu hỏi

오늘은 친구와 민속촌에 가는 날입니다. 아침에 일어나니까 일곱 시였습니다. 아홉 시에 서울역에서 친구를 만나야 하는데, 약속 시간에 늦을 것 같습니다. 그래서 친구에게 전화를 걸었습니다. 친구는 "조금 늦어도 괜찮아요" 라고 말했습니다.

민속촌에서는 옛날에 한국 사람들이 살던 모습을 볼 수 있었습니다. 남자인데 머리를 (길다) 기른 사람, 한복을 입은 모습, 한국 사람들이 즐겨 하던 놀이 등을 보았습니다.

3. (　　　)를 알맞게 고쳐 쓰십시오. ⇨ (　　　　　)

다음을 읽고 질문에 답하십시오. Hãy đọc đoạn văn sau và trả lời câu hỏi

우리 하숙집은 지은 지 얼마 안 돼서 깨끗합니다. 그리고 주인아주머니도 항상 우리들에게 (친절하다) 해 주십니다. 같이 사는 친구들도 좋아서 한국 생활이 즐겁습니다.

4. (　　　)를 알맞게 고쳐 쓰십시오. ⇨ (　　　　　)

답(Đáp án)

문항	1	2	3	4
답-Đáp	①	①	길게	친절하게

69 V/A + -게 되다

① Thể hiện một việc hay tình huống gì đó xảy ra nhưng không phải do ý muốn hay ý chí của chủ ngữ mà là bị/được người khác hoặc điều kiện bên ngoài tác động đến.

예 내년에 제가 한국에 가게 되었어요.
Tôi được đi Hàn quốc vào năm sau.

② Thể hiện ý biến đổi từ tình huống này sang tình huống khác.

예 운동을 꾸준히 해서 다시 건강하게 되었어요.
Vì tập thể dục đều đặn nên đã trở nên mạnh khỏe lại.

주의 – Chú ý

V	Có liên quan đến ý chí của chủ ngữ.	서울로 이사를 가요. Chuyển nhà đến Seoul.
V+-게 되다	Không có liên quan đến ý chí của chủ ngữ.	서울로 이사를 가게 되었어요. Đã (làm cho) chuyển nhà đến Seoul.

A	Sự việc mang tính khách quan	저는 건강해요. Tôi khỏe.
A+-게 되다	Biến đổi hình dạng, kết quả	(꾸준히 운동 후) 건강하게 되었어요. (tập thể dục đều đặn) nên trở nên mạnh khỏe.

연습문제(Bài tập luyện tập)

(   ) 안에 알맞은 것을 고르십시오. Hãy chọn từ thích hợp điền vào (   ).

1. 가 : 손님, 머리 모양이 마음에 드세요?
나 : 네, (   )

① 예쁘게 됐네요 ② 예쁘겠어요
③ 예쁘도록 해요 ④ 예쁘기로 해요

2. 가 : 어디 가세요?
나 : 지금 미국대사관에 가요. 다음 달에 미국에 출장을 (   ).

① 간다고 해요 ② 갈까 해요
③ 가게 되었어요 ④ 가겠어요

3. 가 : 왜 한국으로 유학을 왔어요?
나 : 한국 드라마를 보고 한국 문화에 관심이 생겨서 한국에 (   ).

① 올 거예요 ② 오고 싶어요
③ 오게 했어요 ④ 오게 되었어요

다음을 읽고 질문에 답하십시오. Hãy đọc đoạn văn sau và trả lời câu hỏi

며칠 전에 베트남에서 고향 친구가 왔어요. 한국에 온지 일 년 만에 만난 거예요. 그 친구는 한국에 온 적이 없고 한국어도 전혀 못 해요. 친구에게 한국의 여러 모습을 보여 주기 위해서 삼 일 동안 여기저기 많이 다녔어요. 오늘은 또 어디에 가면 좋을지 고민을 하다가 그냥 저녁 때 집에서 한국 음식인 '삼계탕'을 해 주기로 했어요. 한국에 있으면서 배웠거든요. '삼계탕'은 닭으로 만드는 음식이에요. 인삼, 대추하고 같이 오랫동안 끓인 거라서 건강에 아주 좋아요. 처음에는 별로 맛을 몰랐는데 지금은 아주 (   ). 친구도 좋아하면 좋겠어요.

4. (   )에 알맞은 것을 고르십시오.

① 좋아해졌어요　　② 좋아하게 시켰어요
③ 좋아하게 만들었어요　　④ 좋아하게 되었어요

답(Đáp án)

문항	1	2	3	4
답-Đáp	①	③	④	④

70 V + –(으)ㄹ 줄 알다/모르다 (biết/không biết (cách) + <động từ>) [V/A/N+ –(으)ㄹ 줄 알았다/몰랐다] (tưởng/đã không biết + <đt/tt/dt>)

① Năng lực

예 나는 운전할 줄 알아요.
Tôi biết (cách) lái xe.

② Biểu hiện sự việc, tình trạng của sự việc mà trước đó đã nghĩ khác với sự thật, thường dùng chung với mẫu câu sao: [V/A/N + –(으)ㄹ 줄 알았다/몰랐다]

예 나는 그 사람이 키가 클 줄 알았어요. (사실은 크지 않다)
Tôi tưởng là người đó cao lớn (sự thật là không cao)

나는 그 사람이 키가 클 줄 몰랐어요. (사실은 키가 크다)
Tôi đã không biết người đó cao. (sự thật là cao)

Cách dùng

능력	V	–(으)ㄹ 줄 알다/모르다
사실, 상태	V/A	–(으)ㄹ 줄 알다/모르다
	N	–일 줄 알다/모르다

주의 – Chú ý

	Biết hoặc sự vật dự đoán không đúng với sự thật.	Dù là việc đã qua hay là sự thật đã được xác định nhưng người nói không biết.
V	–(으)ㄹ 줄 알았다	–(으)ㄹ 줄 몰랐다
A		
N	–일 줄 알았다	–일 줄 몰랐다

연습문제(Bài tập luyện tập)

(   ) 안에 알맞은 것을 고르십시오. Hãy chọn từ thích hợp điền vào (   ).

1. ○○대학교가 어디에 (   ) 알아요?

① 있은 줄 ② 있는 줄 ③ 있는데 ④ 있으면

2. 가 : 나는 그 사람이 미국에서 왔기 때문에 햄버거를 (   ).
나 : 그 사람이 햄버거를 안 먹어요?

① 좋아한 줄 알았어요 ② 좋아할 줄 알았어요
③ 좋아한 줄 몰랐어요 ④ 좋아할 줄 몰랐어요.

다음을 읽고 질문에 답하십시오. Hãy đọc đoạn văn sau và trả lời câu hỏi

저는 한달 전에 회사원이 되었습니다. 그래서 일을 (   ). 특히 회의 준비와 새로운 일을 계획하는 것이 아주 어렵습니다. 그래서 하기 어려운 일이 있을 때는 다른 사람에게 부탁을 합니다.

3. (   )에 알맞은 것을 고르십시오.

① 잘했을 겁니다
② 잘할 줄 모릅니다
③ 잘한 것 같습니다
④ 잘한 적이 있습니다

답(Đáp án)

문항	1	2	3
답-Đáp	②	②	②

71 V/ A + –(으)ㄹ 지　N + –일지

Được dùng cùng với từ để hỏi hay lập đi lập lại. Bày tỏ sự việc nào đó cần được xác định, nhận thức có hay không.

예 지금 어디에서 무엇을 하고 있을지 걱정이 됩니다.
Bây giờ đang lo lắng sẽ làm ở đâu và làm gì.

아이들이 밥을 먹었을지 안 먹었을지 궁금해요.
Đang thắc mắc những đứa bé đã ăn cơm hay là chưa.

내일 비가 올지 눈이 올지 알고 싶어요.
Muốn biết trời sẽ mưa hay tuyết sẽ rơi.

친구가 지금 집에 있을지 없을지 모르겠어요.
Không biết chừng bây giờ người bạn có ở nhà.

내일 얼마나 추울지 몰라서 일기예보를 보려고 해요.
Không biết là ngày mai trời sẽ lạnh bao nhiêu nên định xem dự báo thời tiết.

Cách dùng

V	현재	–는지	지금 어디에 가는지 몰라요.
	과거	–았/었는지	어제 어디에 갔는지 몰라요.
	미래	–(으)ㄹ 지	내일 어디에 갈지 몰라요.
A	현재	–(으)ㄴ 지	지금 그 사람의 키가 얼마나 큰지 알아요?
	과거	–았/었는지	옛날에는 키가 얼마나 컸는지 알아요?
	추측	–(으)ㄹ 지	내년쯤엔 키가 얼마나 클지 알아요?

N	현재	-인지	그 사람이 지금 몇 살인지 궁금해요.
	과거	-였는지/이었는지	그때가 언제였는지 기억이 안 나요. 그때 몇 살이었는지 궁금해요.
	미래	-일지	나와 결혼할 사람이 어떤 사람일지 가끔 상상합니다.

연습문제(Bài tập luyện tập)

( ) 안에 알맞은 것을 고르십시오. Hãy chọn từ thích hợp điền vào ( ).

1. 그 식당이 보통 몇 시에 문을 ( ) 아세요?

① 닫을까 ② 닫는지 ③ 닫을 수 ④ 닫으면

2. 어제는 왜 그렇게 ( ) 모르겠어요.

① 바쁜지 ② 바쁠지 ③ 바빴는지 ④ 바빴을지

3. 가 : 식탁에 있던 내 빵 못 봤어요?
나 : 누가 먹은 것 같은데 누가 ( ) 모르겠어요.

① 먹은지 ② 먹는지 ③ 먹었는지 ④ 먹을지

4. 가 : 이번 시험 문제가 어떨까요?
나 : 글쎄요, 지난 시험은 별로 어렵지 않았지만 이번 시험은 ( ) 모르겠어요.

① 어땠는지 ② 어떨지 ③ 어땠을지 ④ 어떻는지

(　　) 안에 맞지 않는 것을 고르십시오.

5. 방학 때 베트남에 (　　) 아직 잘 몰라요.

① 갈지 안 갈지　② 갈지 올지　③ 언제 갈지　④ 누구랑 갈지

답(Đáp án)

문항	1	2	3	4	5
답-Đáp	②	③	③	②	①

72 V + –자마자

Biểu hiện sau khi một hành động nào đó được diễn ra thì ngay sau đó một hành động khác được thực hiện.

예 아침에 일어나자마자 화장실에 갑니다.
Buổi sáng thức dậy thì đi vệ sinh ngay sau đó.
수업이 끝나자마자 학생들이 밖으로 나갔어요.
Sau khi lớp học kết thúc thì các học sinh đã đi ra ngoài.

주의 – Chú ý

Có thể dùng '–**는 대로**' để thay thế cho cấu trúc trên nhưng '–**는 대로**' không được dùng cho việc miêu tả trong quá khứ.

–자마자	–는 대로
집에 오자마자 손을 씻었어요.	집에 오는 대로 손을 씻었어요.
시험지를 받자마자 풀기 시작했어요.	시험지를 받는 대로 풀기 시작했어요. (X)
방학이 끝나자마자 영화를 보러 갔어요.	방학이 끝나는 대로 고향에 갈 거예요.

연습문제(Bài tập luyện tập)

(　　) 안에 알맞은 것을 고르십시오. Hãy chọn từ thích hợp điền vào (　　).

1. 밖으로 (　　) 비가 오기 시작했어요.

① 나오고　　② 나와서　　③ 나오자마자　　④ 나오는 대로

2. 가 : 아침에 일어나면 뭐부터 해요?

나 : (　　) 화장실부터 가요.

① 일어나고　　② 일어나려고　　③ 일어나는데　　④ 일어나자마자

3. 가 : 어제 전화했는데 왜 안 받았어요?

나 : 집에 (　　) 피곤해서 바로 잠들었어요.

① 가자마자　　② 가는 대로　　③ 가고 나서　　④ 가려고 하는데

답(Đáp án)

문항	1	2	3
답-Đáp	③	④	①

Lưu ý khi sử dụng số trong tiếng hàn

Soá Thuaàn Haøn thöôøng ñöôïc duøng nhieàu nhaát vôùi caùc danh töø ñôn vò sau: 개(caùi), 병(chai), 잔(ly), 장(tôø, taám), 마리(con), 그릇(cheùn, dóa), 분, 사람, 명(vò, ngöôøi), 시간(tieáng), 시(giôø), 주일(tuaàn leã), 달(thaùng), 살(tuoåi), 번(laàn), 송이(caønh), 대(chieác), 자루(caây), 켤레 (ñoâi)………...

Soá Haùn Haøn ñöôïc duøng chung vôùi danh töø ñôn vò sau: 분(phuùt), 일(ngaøy), 월(thaùng), 년(naêm), 개월(thaùng), 원(tieàn Haøn quoác), 인분(phaàn), 층(taàng), 페이지, 쪽(trang), 번(soá, caâu, muïc), 호(soá nhaø), 호실(soá phoøng), 회(laàn).

1	하나	일	20	스물	이십
2	둘	이	30	서른	삼십
3	셋	삼	40	마흔	사십
4	넷	사	50	쉰	오십
5	다섯	오	60	예순	육십
6	여섯	육	70	일흔	칠십
7	일곱	칠	80	여든	팔십
8	여덟	팔	90	아흔	구십
9	아홉	구	100	백	백
10	열	십			
11	열 하나	십일			
12	열 둘	십이			

1,000 천

10,000 만

100,000 십만

1,000,000 백만

10,000,000 천만

100,000,000 억

1,000,000,000,000 조

CAÙC ÑOÄNG TÍNH TÖØ BAÁT QUI TAÉC

1. Ñoäng, tính töø baát qui taéc "ㄷ"

Ñoái vôùi nhöõng ñt, tt coù co keát thuùc baèng "ㄷ" maø laïi keát hôïp vôùi ñuoâi töø hay tieáp vò ngöõ baét ñaàu baèng nguyeân aâm thì ta seõ chuyeån "ㄷ" thaønh "ㄹ"

	아/아/여	았/었/였	면/니까/십시오
걷다(ñi)	걸어	걸었어요	걸으면
묻다(hoûi)	물어	물었어요	물으니까
듣다(nghe)	들어	들었어요	들으면
싣다(chaát leân)	실어	실었어요	실으십시오
긷다(muùc)	길어	길었어요	길으니까
깨닫다(hieåu ra)	깨달아.	깨달았어요.	깨달으면

Nhöõng töø khoâng thay ñoåi:

받다(nhaän), **묻다**(choân), **믿다**(tin töôûng), **얻다**(nhaän ñöôïc), **닫다**(ñoùng cöûa), **쏟다**(ñoå ra)

2. Caùc ñoäng, tính töø baát qui taéc “ㅂ”

Ñoái vôùi ñt, tt coù keát thuùc baèng “ㅂ” maø keát hôïp vôùi nguyeân aâm thì ta boû “ㅂ” vaø theâm “우, 오”. Thöôøng laø theâm “우” chæ coù 2 töø cuoái trong baûng laø theâm “오”

	아/어/여요	았/었/였습니다	(면/니까)
반갑다(vui)	반가워요	반가웠어요	반가우면
고맙다(caùm ôn)	고마워요	고마웠어요	고마우니까
즐겁다(vui)	즐거워요	즐거웠어요	즐거우면
부럽다(ghen tî)	부러워	부러웠어요	부러우니까
귀엽다(deã thöông)	귀여워	귀여웠습니다	귀여우면
아름답다(ñeïp)	아름다워	아름다웠습니다	아름다우니까
눕다(naèm)	누워	누웠어요	누우면
밉다(gheùt)	미워	미웠습니다	미우니까
줍다(nhaët)	주워	주웠어요	주우면
춥다(laïnh)	추워	추웠어요	추우니까
덥다(noùng)	더워	더웠어	더우니까
맵다(cay)	매워	매웠습니다	매우면
가볍다(nheï)	가벼워	가벼웠습니다	가벼우니까
무겁다(naëng)	무거워	무거웠습니다	무거우면
사랑스럽다(deã thöông)	사랑스러워	사랑스러웠어	사랑스러우니까
굽다(nöôùng)	구워	구웠어요	구우면
쉽다(deã daøng)	쉬워	쉬웠어	쉬우면
어렵다(khoù)	어려워	어려웠습니다	어려우니까
그립다(nhôù)	그리워	그리었습니다	그리우면
곱다(ñeïp,mòn maøng)	고와	고왔습니다	고우면
돕다(giuùp ñôõ)	도와	도왔어	도우니까

입다(maëc), **붙잡다**(naém, baét), **뽑다**(choïn ra), **업다**(coõng), **잡다**(baét), **집다**(gaép), **접다**(gaáp laïi), **넓다**(roäng), **씹다**(nhai), **좁다**(heïp)

3. Ñoäng, tính töø baát qui taéc "ㅇ"

Ñoái vôùi tröôøng hôp naøy khi keát hôïp vôùi nguyeân aâm "아/어/여" ta seõ boû "으" vaø gaén nguyeâm aâm cuûa ñuoâi töø vaøo

	아/어/여요	았/었/였	(면/니까)
고프다(ñoùi)	고파	고팠어	고프면
슬프다(buoàn)	슬퍼	슬펐어	슬프면
아프다(ñau)	아파	아팠어	아프면
나쁘다(xaáu)	나빠	나빴습니다	나쁘면
쓰다(duøng, vieát)	써	썼어요	쓰니까
애쓰다(coá gaéng)	애써	애썼어요	애쓰면
기쁘다(vui)	기뻐	기뻤어요	기쁘니까
예쁘다(ñeïp)	예뻐	예뻤습니다	예쁘면
크다(lôùn)	커	컸어	크니까
바쁘다(baän bòu)	바빠	바빴어	바쁘면
끄다(taét)	꺼	껐습니다	끄니까
뜨다(noái)	떠	떴어요	뜨니까
잠그다(khoùa)	잠가	잠갔어	잠그면
따르다(roùt)	따라	따랐어	따르면
트다(baät, môû)	터	텄어요	트니까
다다르다(tieán tôùi)	다다라	다다랐어	다다르면
쓰다(ñaéng)	써	썼어	쓰면
담그다(ngaâm)	담가	담갔어	담그니까
모으다(thu thaäp)	모아	모았습니다	모으니까

4. Ñoäng, tính töø baát qui taéc "ㅅ"

Nhöõng töø naøy khi keát hôïp vôùi nguyeân aâm ta se boû "ㅅ" tröôùc khi keát hôïp.

	아/어/여요	았/었/였	면/니까/십시오
낫다(khoûi)	나요	나았습니다	나으십시오
붓다(song leân)	부어요	부었어요.	부으십시오
잇다(noái)	이어요	이었습니다	이으십시오
짓다(xeù)	지어요	지었어요.	지으십시오
젓다(öôùt)	저어요	저었습니다	저으십시오
긋다(gaïch chaân)	그어요	그었습니다.	그으십시오

빼앗다(giaät laáy), **빗다**(chaûi ñaàu), **씻다**(röûa), **웃다**(cöôøi), **벗다**(loät), **솟다**(moïc leân, noåi leân)

5. Ñoäng, tính töø baát quy taéc “ㄹ”

Nhöõng töø naøy khi keát hôïp vôùi vôùi ñuoâi caâu hay tieáp vó ngöõ baét ñaàu baèng “으” hoaëc phuï aâm “ㄴ, ㅂ, ㅅ” thì ta boû “ㄹ” tröôùc khi keát hôïp.

	아/어/여요	ㅂ/습니다	는	(으)니까	(으)면
알다(bieát)	알아	압니다	아는	아니까	알면
놀다(chôi)	놀아	놉니다	노는	노니까	놀면
만들다(laøm, cheá taïo)	만들어	만듭니다	만드는	만드니까	만들면
팔다(baùn)	팔아	팝니다	파는	파니까	팔면
들다(caàm leân)	들어	듭니다	드는	드니까	들면
살다(soáng)	살아	삽니다	사는	사니까	살면
열다(môû)	열어	엽니다	여는	여니까	열면
울다(khoùc)	울어	웁니다	우는	우니까	울면
멀다(xa)	멀어	멉니다	먼	머니까	멀면
빌다(caàu, xin)	빌어	빕니다	비는	비니까	빌면
걸다(treo)	걸어	겁니다	거는	거니까	걸면
털다(giuõ)	털어	텁니다	커는	터니까	털면
길다(daøi)	길어	깁니다	긴	기니까	길면
가늘다(nhoïn)	가늘어	가늡니다	가는	가느니까	가늘면
달다(ngoït)	달아	답니다	단	다니까	달면
흔들다(lung lay)	흔들어	흔듭니다	흔드는	흔드니까	흔들면
졸다(nguû gaät)	졸아	좁니다	조는	조니까	졸면
쓸다(queùt)	쓸어	씁니다	쓰는	쓰니까	쓸면

6. Ñoäng, tính töø baát quy taéc “ㄹ”

Ñoái vôùi tröôøng hôïp naøy khi keát hôïp vôùi nguyeân aâm “아, 어” ta seõ boû “ “trong aâm “으” vaø chuyeån aâm “ㄹ” xuoáng ñuoâi keát thuùc cuûa aâm tröôùc noù. Sau ñoù, xem noù ñi vôùi “아 hay 어”

	아/어/여	았/았/였	면/니까/십시오
다르다(khaùc)	달라요	달랐어	다르니까
빠르다(nhanh)	빨라요	빨랐습니다	빠르면
이르다(goïi teân)	일러요	일렀어	이르십시오
서두르다(voäi vaøng)	서둘러	서둘렀습니다	서두르니까
나르다(vaän chuyeån)	날라	날랐어	나르면
고르다(choïn löïa)	골라	골랐어	고르니까
부르다(goïi)	불러	불렀습니다	부르십시오
찌르다(ñaâm)	찔러	찔렀어	찌르면
모르다(khoâng bieát)	몰라	몰랐어	모르니까
마르다(khoâ)	말라요	말랐습니다	마르니까
가르다(caét)	갈라	갈랐어	가르면
오르다(leo leân)	올라요	올랐습니다	오르십시오
게으르다(löôøi)	게을러요	게을렀어	게으르면
기르다(nuoâi)	길러	길렀어	기르니까
흐르다(chaûy)	흘러	흘렀어	흐르면

7. Ñoäng, tính töø baát quy taéc “ㅎ”

Caùc töø naøy, khi keát hôïp vôùi nguyeân aâm, boû “ㅎ”, neáu laø ñuoâi “아/어/여” thì chuyeån aâm tieát cuoái thaønh “애”, phaàn lôùn daïng naøy laø tính töø

	아/어/여	면/니까/십시오	았/었/였
빨갛다(ñoû)	빨개	빨가면	
까맣다(ñen)	까매	까마니까	
파랗다(tím)	파래	파라면	
하얗다(traéng)	하얘	하야면	
노랗다(vaøng)	노래	노라면	
어떻다(nhö theá naøo)	어때	어떠니까	어땠어
이렇다(nhö theá naøy)	이래	이러면	이랬습니다
그렇다(nhö vaäy)	그래	그러니까	그랬어
저렇다(nhö theá kia)	저래	저러니까	저랬습니다

많다(nhieàu), **좋다**(toát), **괜찮다**(khoâng sao), **넣다**(boû vaøo), **낳다**(sinh ra), **싫다**(gheùt), **놓다**(ñaët), **닿다**(chaïm vaøo, ñaït ñeán)

저자 소개

■ **신덕상** (Duck-Sang Shin, Ph.D.)

서울대학교 사회복지학과를 졸업하고, 중앙대학교 글로벌인적자원개발대학원에서 석사, 동대학교 대학원 인적자원개발정책학과에서 박사학위(Ph.D)를 받았다. 주요 관심 분야는 취약계층 인적자원개발, 사회복지사 역량개발 등 복지와 교육훈련의 연계에 중점을 두고 있다. 최근에는 수행개선에 기반을 둔 사회복지 프로그램의 개발과 평가에 노력을 기울이고 있다. 사회보장기관인 국민연금공단에서 근무했으며, 현재는 서정대학교 사회복지행정과 교수로 재직하고 있다.

■ **TRẦN THỊ THANH PHƯƠNG**

2008년 ~ 2010년 전남대학교 대학원 문학석사 취득

2011년 ~ 2013년 홍방국제대학교 한국어 강사

2013년 ~ 현재 한국외국어대학교 외국어연수평가원 베트남어 강사

2013년 ~ 2016년 경희대학교 공공대학원 시민사회(NGO)학 석사 수여

2016년 ~ 현재 KOICA 월드프렌즈교육원 현지어 강사

현재 연세대학교 연합신학대학원 상담코칭학과 박사과정 재학중

베트남어로 배우는 TOPIK 한국어 문법

초판 1쇄 인쇄 / 2018년 12월 15일
초판 1쇄 발행 / 2018년 12월 20일

•

공저자 / 신덕상 · TRẦN THỊ THANH PHƯƠNG
발행인 / 이 중 수
발행처 / **동 문 사**

•

서울특별시 서대문구 홍제원 1길 12
(홍제동 137-8)
Tel : 02)736-3718(대), 736-3710, 3720
Fax : 02)736-3719
등록번호 : 제9-17호
등록일자 : 1974년 4월 27일
가격 : 17,000원

•

ISBN : 979-11-6328-024-8 (13710)
E-mail : dong736@naver.com
Homepage : www.dongmunsa.com